The 바른 베트남어 STEP 3

초판인쇄 2021년 10월 05일
초판 2쇄 2024년 07월 01일

지은이 호앙 티 투이 띠엔, 이아영, 레밍투
펴낸이 임승빈
펴낸곳 ECK북스
출판사 등록번호 제 2020-000303호
출판사 등록일자 2000. 2. 15
주소 서울시 마포구 창전로2길 27 [04098]
대표전화 02-733-9950 | **이메일** eck@eckedu.com

제작총괄 염경용
편집책임 정유항, 김하진 | **편집진행** 이승연
마케팅 이서빈, 최혜인 | **디자인** 다원기획 | **일러스트** 강지혜 | **인쇄** 북토리

* ECK북스는 (주)이씨케이교육의 도서출판 브랜드로, 외국어 교재를 전문으로 출판합니다.
* 이 책의 모든 내용, 디자인, 이미지 및 구성의 저작권은 ECK북스에 있습니다.
* 출판사와 저자의 사전 허가 없이 이 책의 일부 또는 전부를 복제, 전재, 발췌하면 법적 제재를 받을 수 있습니다.
* 잘못된 책은 구입하신 서점에서 교환해 드립니다.

ISBN 979-11-91132-92-2
　　　978-89-92281-26-3 (세트)
정가 18,000원

ECK교육 | 세상의 모든 언어를 담다
기업출강 · 전화외국어 · 비대면교육 · 온라인강좌 · 교재출판 · 통번역센터 · 평가센터

ECK교육　www.eckedu.com
ECK온라인강좌　www.eckonline.kr
ECK북스　www.eckbook.com

유튜브　www.youtube.com/@eck7687
네이버 블로그　blog.naver.com/eckedu
페이스북　www.facebook.com/ECKedu.main
인스타그램　@eck__official

— 호앙 티 투이 띠엔, 이아영, 레밍투 지음 —

저자의 말

1992년 한국과 베트남의 수교 이래 두 나라는 정치, 경제, 문화 등 다양한 분야에서 끊임없이 협력해오고 있습니다. 현재 베트남은 하루가 다르게 발전하고 있으며 많은 외국 기업들이 베트남에 진출하고 있습니다. 이에 따라 사람들은 자연스럽게 베트남의 문화와 역사, 그들이 사용하는 언어에도 많은 관심을 가지게 되었습니다.

「The 바른 베트남어 Step 3」는 다년간에 걸친 강의 노하우와 이미 배운 내용을 바탕으로 Step 2에서 자연스럽게 다음 단계로 올라갈 수 있는 발판이 되도록 체계적으로 구성했습니다.

1. 비즈니스 현장에서도 활용도 높은 핵심 표현 수록
다양한 주제별 대화문을 통해 자연스러운 문장과 비즈니스 현장에서도 사용 가능한 중급 수준의 핵심 표현들로 구성했습니다. 경제와 업무 관련 표현을 쉽고 재미있게 익힐 수 있습니다.

2. 단계별 학습 문형과 다양한 예문 수록
이미 배운 단어들을 활용한 여러 가지 문형과 실제 상황에서 적용 가능한 다양한 예문을 제시했습니다.

3. 문화 경제 관련 내용 수록
빠르게 변하고 있는 베트남의 문화와 경제 등의 전반적인 모습들을 '베트남 알아보기' 코너를 통해 다양한 주제와 내용으로 담았습니다.

베트남에 관한 많은 정보와 자연스러운 표현을 「The 바른 베트남어 Step 3」 교재를 통해 학습자들이 최대한 쉽고 자연스럽게 익힐 수 있도록 많은 회의와 고민으로 정성을 다해 집필했습니다.

많은 노력이 깃든 「The 바른 베트남어 Step3」 교재가 학습자분들의 베트남어 실력 향상에 도움이 되길 진심으로 바랍니다.

끝으로 베트남어 교육에 대한 관심과 애정으로 교재를 출간해 주신 ECK교육 임승빈 대표님과 기획부터 출간까지 완성도 높은 좋은 교재로 출간할 수 있게 많은 도움을 주신 이승연 실장님께도 감사의 마음을 전합니다.

저자 일동

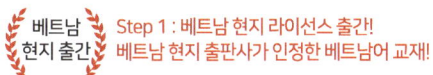

   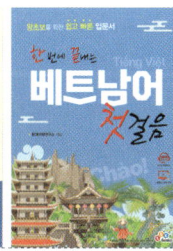 

 제2외국어 교재 전문 출판사 ECK북스
주문 및 교재 문의: 02-733-9950

이 책의 구성과 특징

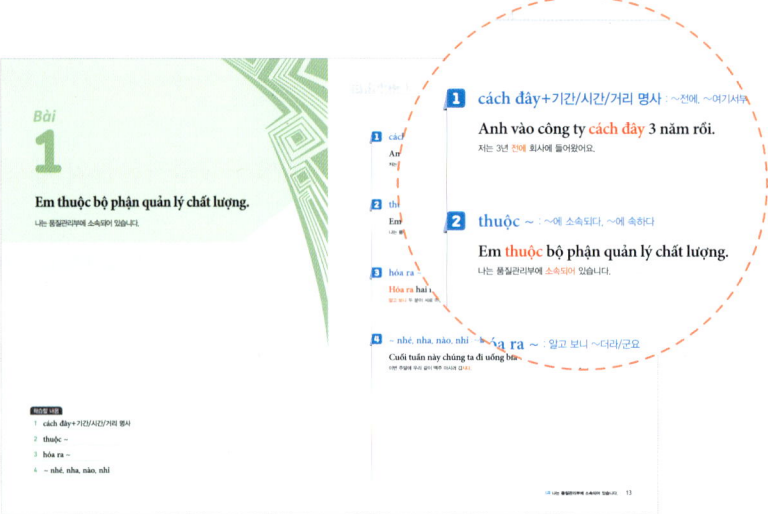

■ **핵심 문법 미리 보기**

각 과별 학습할 핵심 문법을 활용한 예문을 미리 보기를 통해 미리 알아봅니다.

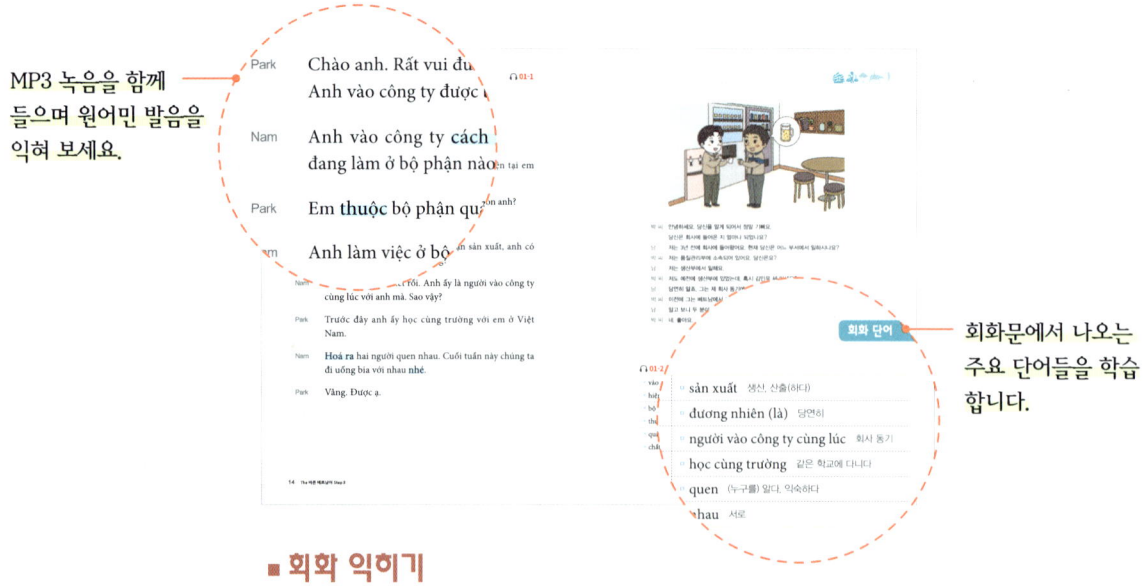

■ **회화 익히기**

다양한 주제별 대화문을 통해 자연스러운 문장과 핵심 표현을 학습합니다. 문법 익히기에서 학습하는 부분은 형광색으로 표기되어 있습니다.

빠른 이해를 돕기 위해 회화문에서 나온 핵심 표현 문장을 보여줍니다.

핵심 문법에 관한 설명과 다양한 예문을 보여줍니다.

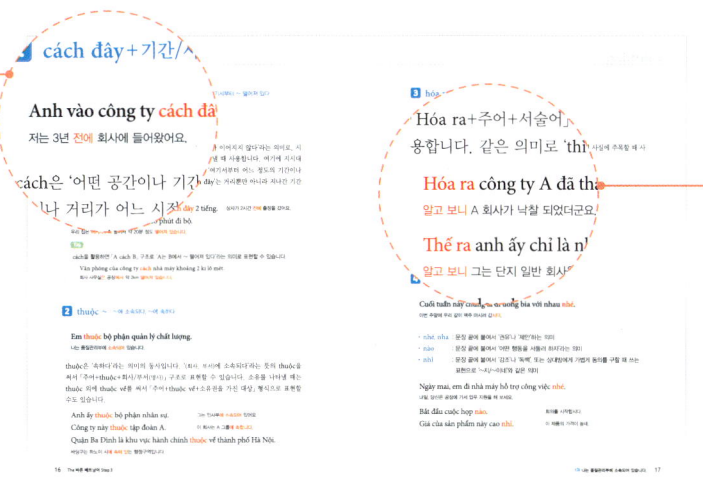

■ 문법 익히기

주제별 회화문에 나오는 핵심 문법을 대화의 주제와 관련하여 다양한 예문과 함께 알아봅니다.

■ 말하기·듣기/쓰기·독해 연습

말하기, 듣기/쓰기, 독해 3가지 영역의 연습문제 풀이를 통해 학습을 마무리합니다.

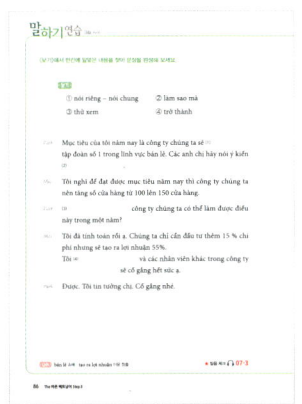 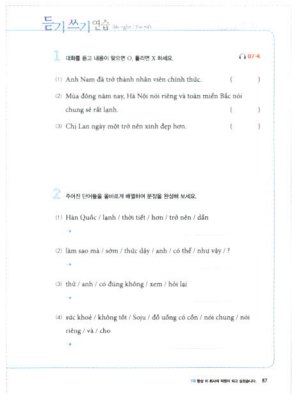 

말하기 연습 : 빈칸 채워 문장 완성하기, 주어진 형식에 맞게 문장 쓰기 등의 문제를 풀어봅니다.
듣기/쓰기 연습 : 녹음 파일을 듣고 문제 풀기, 주어진 단어들을 올바르게 배열하기 등의 문제를 풀어봅니다.
독해 연습 : 베트남어를 읽고 해석해 봅니다.

7

이 책의 구성과 특징

■ **베트남 알아보기**

빠르게 변하고 있는 베트남 경제 및 한국 기업의 활약 등 다양한 베트남의 현재 모습들을 함께 알아봅니다.

■ **부록**

연습문제 및 복습하기 정답과 핵심 문법을 한눈에 확인합니다.

  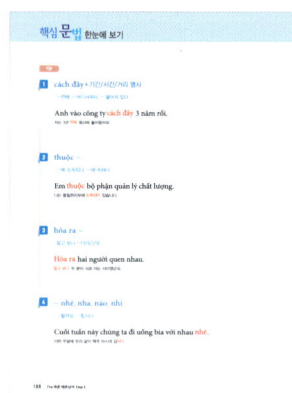

- 정답 : 1~13과 연습문제 및 복습하기 : 각 과의 연습문제와 복습하기 문제의 정답을 알아봅니다.
- 핵심 문법 한눈에 보기 : 각 과의 핵심 문법만을 집중적으로 학습합니다.

MP3 다운로드 방법

본 교재의 MP3 파일은 www.eckbooks.kr에서 무료로 다운로드 받을 수 있습니다.
QR 코드를 찍으면 다운로드 페이지로 이동합니다.

Contents

	저자의 말 ··	04
	이 책의 구성과 특징 ··	06

Bài 01 Em thuộc bộ phận quản lý chất lượng. ···················· 12
나는 품질관리부에 소속되어 있습니다.

문법 : cách đây+기간/시간/거리 명사 • thuộc ~ • hóa ra ~ • ~ nhé, nha, nào, nhỉ
베트남 알아보기 : 베트남에 진출한 한국 음식

Bài 02 Em cứ học chăm chỉ từ bây giờ thì sẽ giỏi thôi. ············ 22
지금부터라도 계속 열심히 공부하면 잘 할 거예요.

문법 : 동사/형용사+gì mà/đâu mà+동사/형용사 • đến mức (mà) ~, đến nỗi (mà) ~ •
       đáng lẽ ra ~ • cứ+동사
베트남 알아보기 : 베트남어 학습 애플리케이션

Bài 03 Anh sắp đi công tác Việt Nam chưa? ···················· 32
베트남에 곧 출장 갑니까?

문법 : sắp ~ chưa? • ngoài ~ ra ~ • biết đâu, nhỡ đâu ~ •
       tiếp tục+동사, 동사+tiếp
베트남 알아보기 : 베트남의 TOP 10 기업

Bài 04 Công việc ở công ty làm em mệt mỏi quá. ················ 42
회사 업무가 저를 너무 힘들게 해요.

문법 : đành phải+동사 • 주어+làm (cho)/khiến (cho)+대상+동사/형용사 •
       dù sao (đi nữa) ~ • kém, 동사+kém
베트남 알아보기 : 베트남 취업 준비생들이 선호하는 분야와 취업 사이트

Bài 05 Tôi gửi email cho anh ấy mãi mà không có hồi âm. ·············· 52
계속 이메일을 보냈는데도 회신이 없습니다.

문법 : 동사+mãi mà không ~ · tưởng+동사/절 · bằng mọi giá ~ · 동사+lại
베트남 알아보기 : 베트남의 통신 업체

1~5과 복습하기 ·············· 64

Bài 06 Chúng ta phải điều tra thị trường Việt Nam cho nó chi tiết. ······ 68
우리는 베트남 시장을 자세하게 조사해야 해요.

문법 : cho nó/cho+형용사 · không (có) ~ như/bằng+비교 대상 · tự+동사+(lấy) ·
bằng cách ~
베트남 알아보기 : 인기 있는 한국의 건강기능식품

Bài 07 Tôi đã luôn muốn được trở thành nhân viên của công ty. ········· 78
항상 이 회사의 직원이 되고 싶었습니다.

문법 : làm sao mà+동사/형용사/절 · trở thành+명사 ·
동사+thử xem, thử+동사+xem · A nói riêng (và) B nói chung ~
베트남 알아보기 : 베트남의 GDP 및 발전 전망

Bài 08 Mỗi khi sang đường, anh cần chú ý xe máy đấy ạ. ················ 90
길을 건널 때마다, 오토바이를 조심하세요.

문법 : 동사(+목적어)+xong · mỗi khi/mỗi lúc ~ ·
suýt nữa (thì)/suýt chút nữa (thì) ~ · kẻo ~
베트남 알아보기 : 베트남의 교통수단

Bài 09 Lý do gì anh đầu tư vào Việt Nam? ················ 102
당신이 베트남에 투자하는 이유는 무엇인가요?

문법 : ngày một+형용사/동사+부사 · lý do gì+주어+서술어? ·
không+동사/형용사+mới (là) lạ · phải chăng (là) ~?
베트남 알아보기 : 베트남에 살고 있는 한국인

Bài 10   Theo anh thì em nên học tiếng Việt. ················· 112
          내 생각에는 베트남어를 배우는 것이 좋을 것 같아요.

          문법 : giữa A và B · theo+대명사/명사 · sở dĩ A là vì B · bất cứ+의문사
          베트남 알아보기 : 베트남의 교육 제도

6~10과 복습하기 ··· 124

Bài 11   Thức ăn đã ngon lại còn nhiều nữa. ·················· 128
          음식이 맛있는 데다가 양도 많네요.

          문법 : hơi, khá, thật, cực (kì), tuyệt · 동사+thêm (nữa) · 동사+nhầm ·
                đã ~ lại còn ~
          베트남 알아보기 : 베트남의 유명한 면 요리

Bài 12   Thay vào đó, anh phải mua vé mới. ················· 138
          대신에, 표를 새로 구매하셔야 합니다.

          문법 : 동사+mất · thay vào đó ~ · để+명사 · nhờ/nhờ có+명사+mà ~
          베트남 알아보기 : 베트남의 지역별 국제공항

Bài 13   Anh muốn đi cả miền Nam lẫn miền Bắc. ·········· 150
          나는 남부와 북부를 모두 다 가보고 싶어요.

          문법 : cả A lẫn B (đều)/cả A và B (đều) · nhất định · đối với+대명사/명사 ·
                giá mà ~
          베트남 알아보기 : 베트남의 숨은 여행지

11~13과 복습하기 ··· 160

부록
1~13과 연습문제 정답 ··· 166
복습하기 문제 정답 ·· 184
핵심 문법 한눈에 보기 ··· 188

Bài 1

Em thuộc bộ phận quản lý chất lượng.

나는 품질관리부에 소속되어 있습니다.

학습할 내용

1. cách đây + 기간/시간/거리 명사
2. thuộc ~
3. hóa ra ~
4. ~ nhé, nha, nào, nhỉ

1 **cách đây + 기간/시간/거리 명사** : ~전에, ~여기서부터 ~ 떨어져 있다

Anh vào công ty cách đây 3 năm rồi.
저는 3년 전에 회사에 들어왔어요.

2 **thuộc ~** : ~에 소속되다, ~에 속하다

Em thuộc bộ phận quản lý chất lượng.
나는 품질관리부에 소속되어 있습니다.

3 **hóa ra ~** : 알고 보니 ~더라/군요

Hóa ra hai người quen nhau.
알고 보니 두 분이 서로 아는 사이였군요.

4 **~ nhé, nha, nào, nhỉ** : ~할까요, ~합시다

Cuối tuần này chúng ta đi uống bia với nhau nhé.
이번 주말에 우리 같이 맥주 마시러 갑시다.

 Hội thoại

Park Chào anh. Rất vui được biết anh.
Anh vào công ty được bao lâu rồi?

Nam Anh vào công ty cách đây 3 năm rồi. Hiện tại em đang làm ở bộ phận nào?

Park Em thuộc bộ phận quản lý chất lượng. Còn anh?

Nam Anh làm việc ở bộ phận sản xuất.

Park Trước đây em cũng thuộc bộ phận sản xuất, anh có biết anh Kim Min Woo không?

Nam Đương nhiên là biết rồi. Anh ấy là người vào công ty cùng lúc với anh mà. Sao vậy?

Park Trước đây anh ấy học cùng trường với em ở Việt Nam.

Nam Hoá ra hai người quen nhau. Cuối tuần này chúng ta đi uống bia với nhau nhé.

Park Vâng. Được ạ.

박 씨   안녕하세요. 당신을 알게 되어서 정말 기뻐요.
         당신은 회사에 들어온 지 얼마나 되었나요?
남   저는 3년 전에 회사에 들어왔어요. 현재 당신은 어느 부서에서 일하시나요?
박 씨   저는 품질관리부에 소속되어 있어요. 당신은요?
남   저는 생산부에서 일해요.
박 씨   저도 예전에 생산부에 있었는데, 혹시 김민우 씨 아세요?
남   당연히 알죠. 그는 제 회사 동기예요. 왜 그러시죠?
박 씨   이전에 그는 베트남에서 저와 같은 학교에서 공부했었어요.
남   알고 보니 두 분이 서로 아는 사이였군요. 이번 주말에 우리 같이 맥주 마시러 갑시다.
박 씨   네. 좋아요.

회화 단어

🎧 **01-2**

vào	들어오다, 들어가다	sản xuất	생산, 산출(하다)
hiện tại	현재	đương nhiên (là)	당연히
bộ phận	부서	người vào công ty cùng lúc	회사 동기
thuộc	~에 속하다	học cùng trường	같은 학교에 다니다
quản lý	관리(하다)	quen	(누구를) 알다, 익숙하다
chất lượng	품질	nhau	서로

문법 익히기 Ngữ pháp

1 cách đây + 기간/시간/거리 명사 : ~전에, ~여기서부터 ~ 떨어져 있다

Anh vào công ty cách đây 3 năm rồi.
저는 3년 전에 회사에 들어왔어요.

cách은 '어떤 공간이나 기간 때문에 서로 떨어져 있거나 이어지지 않다'라는 의미로, 시간이나 거리가 어느 시점으로부터 떨어져 있음을 나타낼 때 사용합니다. 여기에 지시대명사 '이(đây)'를 붙여서 'cách đây ~'로 표현하면, '여기서부터 어느 정도의 기간이나 거리가 떨어져 있다'라는 의미가 됩니다. 즉, 'cách đây'는 거리뿐만 아니라 지나간 기간도 표현할 수 있습니다.

Cấp trên của tôi đã đi công tác cách đây 2 tiếng. 상사가 2시간 전에 출장을 갔어요.

Nhà tôi cách đây khoảng 20 phút đi bộ.
우리 집은 여기서부터 걸어서 약 20분 정도 떨어져 있습니다.

> **Tip**
>
> cách을 활용하면 「A cách B」 구조로 'A는 B에서 ~ 떨어져 있다'라는 의미로 표현할 수 있습니다.
>
> **Văn phòng của công ty cách nhà máy khoảng 2 ki lô mét.**
> 회사 사무실은 공장에서 약 2km 떨어져 있습니다.

2 thuộc ~ : ~에 소속되다, ~에 속하다

Em thuộc bộ phận quản lý chất lượng.
나는 품질관리부에 소속되어 있습니다.

thuộc은 '속하다'라는 의미의 동사입니다. '(회사, 부서)에 소속되다'라는 뜻의 thuộc을 써서 「주어+thuộc+회사/부서(명사)」 구조로 표현할 수 있습니다. 소유를 나타낼 때는 thuộc 외에 thuộc về를 써서 「주어+thuộc về+소유권을 가진 대상」 형식으로 표현할 수도 있습니다.

Anh ấy thuộc bộ phận nhân sự. 그는 인사부에 소속되어 있어요.

Công ty này thuộc tập đoàn A. 이 회사는 A 그룹에 속합니다.

Quận Ba Đình là khu vực hành chính thuộc về thành phố Hà Nội.
바딩구는 하노이 시에 속해 있는 행정구역입니다.

3 hóa ra ~ : 알고 보니 ~더라/군요

Hóa ra hai người quen nhau.
알고 보니 두 분이 서로 아는 사이였군요.

「Hóa ra+주어+서술어」 구조는 화자가 새롭게 깨닫거나, 알게 된 사실에 주목할 때 사용합니다. 같은 의미로 'thì ra ~' 또는 'thế ra ~'가 있습니다.

Hóa ra công ty A đã thắng thầu.
알고 보니 A 회사가 낙찰되었더군요.

Thế ra anh ấy chỉ là nhân viên bình thường.
알고 보니 그는 단지 일반 회사원에 불과했어요.

Thì ra doanh số của công ty không cao như mong đợi.
알고 보니 회사의 매출이 기대만큼 높지 않았어요.

4 ~ nhé, nha, nào, nhỉ : ~할까요, ~합시다

Cuối tuần này chúng ta đi uống bia với nhau nhé.
이번 주말에 우리 같이 맥주 마시러 갑시다.

- **nhé, nha** : 문장 끝에 붙여서 '권유'나 '제안'하는 의미
- **nào** : 문장 끝에 붙여서 '어떤 행동을 서둘러 하자'라는 의미
- **nhỉ** : 문장 끝에 붙여서 '강조'나 '독백', 또는 상대방에게 가볍게 동의를 구할 때 쓰는 표현으로 '~지/~이네'와 같은 의미

Ngày mai, em đi nhà máy hỗ trợ công việc nhé.
내일, 당신은 공장에 가서 업무 지원을 해 보세요.

Bắt đầu cuộc họp nào.   회의를 시작합시다.

Giá của sản phẩm này cao nhỉ.   이 제품의 가격이 높네.

말하기 연습 Bài nói

〈보기〉에서 빈칸에 알맞은 내용을 찾아 문장을 완성해 보세요.

> **보기**
>
> ① hóa ra   ② cách đây   ③ nhé   ④ thuộc

Nam   Mina ơi! Tình cờ quá. Lâu lắm rồi không gặp.

Mina   Ồ anh Nam đấy à? Tình cờ quá. Dạo này anh thế nào?
Đã xin được việc chưa?

Nam   Anh vẫn bình thường.
Anh đã xin được việc (1)_____ 1 tháng rồi.

Mina   Chúc mừng anh. Công việc có khó không?

Nam   Anh (2)_____ bộ phận bán hàng. Đây là lần đầu tiên anh làm công việc này nên thấy hơi khó và vất vả.
(3)_____ công việc không dễ như anh tưởng tượng.

Mina   Cứ làm thì sẽ quen dần thôi. Anh cố gắng lên.

Nam   Cảm ơn em. Cuối tuần này có thời gian không?
Chúng mình đi uống cà phê (4)_____.

Mina   Được chứ ạ. Cuối tuần gặp nhau nha.

단어 tình cờ 우연히   tưởng tượng 상상하다

★ 발음 체크 🎧 01-3

듣기 쓰기 연습 Bài nghe / Bài viết

1 대화를 듣고 내용이 맞으면 O, 틀리면 X 하세요. 🎧 01-4

(1) Anh Lee đã gửi hàng đúng địa chỉ. ( )

(2) Nam đã liên lạc cho Lee cách đây 3 tuần. ( )

(3) Anh Lee là nhân viên của bộ phận bán hàng. ( )

2 주어진 단어들을 올바르게 배열하여 문장을 완성해 보세요.

(1) chuyến bay / một tiếng / cất cánh / đã / cách đây
   → _____

(2) anh ấy / hoá ra / Việt Nam / người / không phải / là
   → _____

(3) tiếp thị / cô Kim / nhân viên / là / thuộc / bộ phận
   → _____

(4) gọi / nhỉ / cái này / gì / là / tiếng Việt / ?
   → _____

• 단어 • chuyến bay 비행, 항공편   cất cánh 이륙하다   bộ phận tiếp thị 마케팅 부서

독해 연습 *Đọc hiểu*

다음 베트남어를 해석해 보세요.

1 Em thuộc bộ phận nhân sự từ cách đây 1 năm.

→ _____

2 Sân bay cách đây khoảng 20 ki lô mét.

→ _____

3 Hóa ra cô ấy là diễn viên.

→ _____

4 Hóa ra anh ấy cũng là du học sinh.

→ _____

5 Sau khi học xong, chúng ta đi chơi nhé.

→ _____

단어 bộ phận nhân sự 인사부 diễn viên 배우 du học sinh 유학생

베트남 알아보기

베트남에 진출한 한국 음식

1990년대 후반부터 한국 문화는 세계 문화와의 교류를 확장하면서 다양한 모습으로 발전했습니다. 그중 세계적인 한류 열풍은 K-Pop, K-Drama, K-Beauty 등의 신조어가 생길 만큼 뜨겁습니다.

베트남도 예외가 아닙니다. 베트남은 K-Pop을 비롯해 한국인 축구 감독의 인기 등으로 한국에 대한 호감도가 계속해서 높아지고 있습니다. 이에 발맞추어 한국 제품과 한국 기업의 베트남 시장 진출 또한 활발히 이루어지고 있습니다.

최근에는 한국과 마찬가지로 쌀을 주식으로 하며 매운맛을 즐기는 베트남 현지인들 사이에서 '떡볶이, 라면, 김치' 등과 같은 한국의 대중 음식들이 높은 인기를 끌고 있습니다. 특히, '한국의 매운맛'은 베트남 젊은 층의 급격한 인기로 유튜브와 같은 매체를 통해 한국식 음식 조리 방법과 한국 음식을 시식하고 맛을 표현하는 동영상 등이 많이 올라오고 있습니다.

2021년 코트라 호찌민 무역관이 실시한 베트남 소비자 대상 한국 브랜드 인지도 조사의 결과, 「화장품-전자기기-식품/외식」 순서로 한국 음식의 인지도가 계속 높아지고 있음이 나타났습니다. 이와 같이 매운맛과 단맛이 섞인 복합적인 맛을 좋아하는 베트남 현지인들에게 한국 음식은 K-Food라는 이름으로 새롭게 떠오르며 한국의 빨간 맛 열풍을 일으키고 있습니다.

Bài 2

Em cứ học chăm chỉ từ bây giờ thì sẽ giỏi thôi.

지금부터라도 계속 열심히 공부하면 잘 할 거예요.

학습할 내용

1. 동사/형용사+gì mà/đâu mà+동사/형용사
2. đến mức (mà) ~, đến nỗi (mà) ~
3. đáng lẽ ra ~
4. cứ+동사

1. 동사/형용사+gì mà/đâu mà+동사/형용사 : ~하기는요, ~하긴 뭐가 ~해요

Thiếu sót gì mà thiếu sót chứ.
부족하긴 뭐가 부족해요.

2. đến mức (mà) ~, đến nỗi (mà) ~ : ~할 정도로, ~할 만큼

Anh nói tiếng Việt giỏi đến mức em nghĩ anh là người Việt Nam.
당신은 베트남인이라고 생각될 만큼 베트남어를 잘해요.

3. đáng lẽ ra ~ : ~했어야 하다

Đáng lẽ ra em phải bắt đầu học tiếng Hàn sớm hơn.
저는 한국어 공부를 더 일찍 시작했어야 했어요.

4. cứ+동사 : 자꾸/계속 ~하다

Em cứ học chăm chỉ từ bây giờ thì sẽ giỏi thôi.
지금부터라도 계속 열심히 공부하면 잘 할 거예요.

회화 익히기 Hội thoại 🎧 02-1

녹음을 듣고 회화문을 따라 읽으며 발음을 익혀 보세요.

Park   Em học tiếng Hàn được bao lâu rồi?

Mai   Em bắt đầu học tiếng Hàn được 3 tháng rồi nhưng vẫn chưa giỏi.

Park   Anh cũng đang chăm chỉ học tiếng Việt nhưng vẫn còn thiếu sót nhiều.

Mai   Thiếu sót **gì mà** thiếu sót chứ.
        Anh nói tiếng Việt giỏi **đến mức** em nghĩ anh là người Việt Nam.
        Đáng lẽ ra em phải bắt đầu học tiếng Hàn sớm hơn.

Park   Em **cứ** học chăm chỉ từ bây giờ thì sẽ giỏi thôi.
        Nếu cần giúp đỡ thì em nói với anh nhé.

박 씨   한국어를 공부한 지 얼마나 되었나요?
마이   저는 한국어 공부를 시작한 지 3개월이 되었지만 아직은 잘하지 못해요.
박 씨   나도 베트남어 공부를 열심히 하는 중이지만 여전히 많이 부족해요.
마이   부족하긴 뭐가 부족해요.
        당신은 베트남인이라고 생각될 만큼 베트남어를 잘해요.
        저는 한국어 공부를 더 일찍 시작했어야 했어요.
박 씨   지금부터라도 계속 열심히 공부하면 잘할 거예요.
        만약 도움이 필요하면 나에게 말하세요.

회화 단어

🎧 02-2

bao lâu	얼마 동안, 얼마나 오래	giỏi	잘하는
bắt đầu	시작하다	sớm	일찍, 이른
vẫn	여전히	chăm chỉ	열심히, 부지런하다
thiếu sót	부족한	(sự) giúp đỡ	도움 (sự : 구어체에서 자주 생략)

문법 익히기 Ngữ pháp

1 동사/형용사 + gì mà/đâu mà + 동사/형용사
: ~하기는요, ~하긴 뭐가 ~해요

Thiếu sót gì mà thiếu sót chứ.
부족하긴 뭐가 부족해요.

상대방의 말을 가볍게 반박하거나 부정할 때 사용합니다. 이때 'gì mà / đâu mà' 앞에 오는 동사/형용사와 뒤에 오는 동사/형용사는 같은 내용이어야 합니다.

A: Cái áo này đẹp nhưng đắt quá.
B: Đắt gì mà đắt, giá thế này vừa phải rồi.

이 옷은 예쁘지만 너무 비싸네요.
비싸기는요, 이 가격이 적당한 거예요.

A: Sao trời lạnh thế này nhỉ?
B: Lạnh đâu mà lạnh. Mát mẻ mà.

날씨가 왜 이렇게 춥죠?
춥긴 뭐가 추워요. 시원한데요.

2 đến mức (mà) ~, đến nỗi (mà) ~ : ~할 정도로, ~할 만큼

Anh nói tiếng Việt giỏi đến mức em nghĩ anh là người Việt Nam.
당신은 베트남인이라고 생각될 만큼 베트남어를 잘해요.

'~할 정도로/만큼'이라는 말은 「đến mức (mà)/đến nỗi (mà)+동사/형용사/절」 구조로 표현할 수 있습니다.

Hôm nay, việc nhiều đến nỗi tôi không có thời gian ăn tối.
오늘은 저녁을 못 먹을 정도로 일이 많았어요.

Cô ấy làm việc tích cực đến mức mà ai cũng ngạc nhiên.
그녀는 사람들이 다 놀랄 만큼 일을 적극적으로 해요.

> **Tip**
>
> 정도를 강조하는 표현으로 「đến quên+동사 : ~하는 것을 잊을 정도로」의 구조로도 나타낼 수 있습니다.
>
> **Anh ấy đọc sách say sưa đến quên ăn cơm.**
> 그는 밥 먹는 것을 잊을 정도로 책에 심취했어요.

3 đáng lẽ ra ~ : ~했어야 하다

Đáng lẽ ra em phải bắt đầu học tiếng Hàn sớm hơn.
저는 한국어 공부를 더 일찍 시작했어야 했어요.

「đáng lẽ ra+바라는 결과」 구조는 '~했으면 좋았을 텐데'라는 의미를 나타냅니다. 화자가 바라는 결과와 다른 상황이 이루어졌을 때 사용하는 표현입니다. 그러므로 phải(~해야만하다), nên(~하는 것이 좋다)와 같은 의미의 동사와 함께 사용하는 경우가 많습니다. 이때, đáng lẽ ra에서 ra는 생략 가능합니다.

Đáng lẽ giờ này anh ấy phải về đến nhà rồi, nhưng vẫn chưa về.
그는 이 시간에는 집에 도착했어야 하는데, 아직도 안 왔네요.

Đáng lẽ hôm nay tôi phải đi công tác, nhưng vì có việc nên đã không đi.
오늘 출장을 갔어야 했지만, 일이 있어서 못 갔어요.

Đáng lẽ ra em nên báo cáo cho anh chứ.
네가 나에게 보고했어야 했다.
(= 너는 나에게 보고했으면 좋았을 텐데.)

4 cứ + 동사 : 자꾸/계속 ~하다

Em cứ học chăm chỉ từ bây giờ thì sẽ giỏi thôi.
지금부터라도 계속 열심히 공부하면 잘 할 거예요.

어떠한 조건과 환경의 영향을 받지 않고 어떠한 행동을 계속할 때 사용하는 표현으로 '자꾸/계속 ~하다'라는 의미를 나타냅니다.

Tôi **cứ** nói dù anh ấy không nghe.
그가 듣지 않더라도 나는 계속 말을 했어요.

Tôi **cứ** cố gắng, kết quả thế nào cũng được.
결과가 어떻게 되든, 나는 계속 노력할 거예요.

Mấy hôm nay, tôi **cứ** bị đau bụng.
최근 며칠 동안, 자꾸 배가 아파요.

> **Tip**
>
> cứ는 「cứ+주어1+서술어1+thì / là+주어2+서술어2」 형식으로도 쓸 수 있으며, '~할 때마다 ~하다', '(숫자+단위) 중에 ~이다'라는 의미를 나타냅니다.
>
> **Cứ** trời lạnh **là** tôi bị ốm. 날씨가 추울 때마다 나는 아파요.
>
> **Cứ** 10 người đi du lịch Hàn Quốc **thì** có 8 người muốn đi một lần nữa.
> 한국으로 여행 가는 10명 중에 8명이 한 번 더 가고 싶어 해요.

말하기 연습 Bài nói

〈보기〉에서 빈칸에 알맞은 내용을 찾아 문장을 완성해 보세요.

> **보기**
> ① gì mà   ② đáng lẽ ra   ③ đến nỗi

Mina   Anh Nam, anh có thời gian không?
Bài tập tiếng Việt này khó quá nên em đọc mãi không hiểu. Giúp em với.

Nam   Được chứ.
Bài tập này khó ⁽¹⁾_____ anh là người Việt Nam mà cũng không hiểu được.

Mina   Không phải. Tại vì em không giỏi nên không làm được.
Bài tập này cô giáo đã dạy rồi nhưng em không nhớ.

Nam   Không giỏi ⁽²⁾_____ không giỏi. Anh thấy Mina rất giỏi tiếng Việt. Tuy nhiên bài tập này hơi khó nên em không làm được thôi.

Mina   ⁽³⁾_____ trong giờ học em nên tập trung hơn.

★ 발음 체크 🎧 02-3

듣기 쓰기 연습 Bài nghe / Bài viết

1 대화를 듣고 내용이 맞으면 O, 틀리면 X 하세요.   🎧 02-4

(1) Mai thấy mình béo đến mức mặc vừa quần áo. (   )

(2) Theo Nam, Mai cứ bỏ bữa tối như thế thì sẽ không tốt cho sức khoẻ. (   )

(3) Nam nghĩ rằng Mai xấu. (   )

2 주어진 단어들을 올바르게 배열하여 문장을 완성해 보세요.

(1) khó / đâu mà / khó / tiếng Việt

→ _____

(2) anh ấy / đến mức / diễn viên / đẹp trai / tưởng / tôi / anh ấy / là

→ _____

(3) tập thể dục / tôi / chăm chỉ / phải / hơn / đáng lẽ ra

→ _____

(4) cứ / thành công / thì / cố gắng / sẽ

→ _____

• 단어 (mặc) vừa 맞게 입다   bỏ bữa 끼니를 거르다

독해연습 Đọc hiểu

다음 베트남어를 해석해 보세요.

1. Anh ấy hát hay đến nỗi tôi nghĩ anh ấy là ca sĩ.

   →

2. Đáng lẽ ra tôi không nên ăn quá nhiều trước khi tập thể dục.

   →

3. Đáng lẽ ra tôi phải đến Việt Nam sớm hơn.

   →

4. Khó gì mà khó chứ.

   →

5. Cứ đi thẳng theo đường này.

   →

베트남 알아보기

· 베트남어 학습 애플리케이션 ·

　　베트남어에 대한 관심이 높아지면서 학원을 등록하지 않고도 자투리 시간에 혼자 공부할 수 있는 베트남어 학습 앱이 많이 출시되고 있습니다. 자투리 시간 활용 외에도 용어나 중요한 문장 또는 공부해야 할 부분만을 선택해서 학습할 수 있다는 장점 때문에 앱을 이용하는 학습자들이 점점 늘어나고 있습니다.

● 앱의 장점

① 다양한 상황별 회화와 초급부터 고급까지 단계별 학습이 가능하다.
② 원어민 발음을 들으며 발음 교정 및 반복 학습이 가능하다.
③ 부족했던 용어나 핵심 문장 등의 자유로운 선택 학습이 가능하다.
④ 짧은 이동 시간을 활용할 수 있다.
⑤ 유료 앱이 아닌 이상 금액이 들지 않는다.
⑥ 궁금한 내용들을 바로바로 검색할 수 있다.

● 효과적인 베트남어 학습법

① 성조 표현을 정확히 익힌 뒤, 원어민 발음을 들으며 소리 내어 읽어 본다.
② 같은 의미를 가진 표현은 묶어서 함께 학습하고 다양한 예문을 만들어 본다.
③ 주제별/상황별로 나눠서 단어와 표현들을 함께 학습한다.
④ 좋아하는 노래, 드라마, 영화 등으로 베트남어를 학습한다.

Bài 3

Anh sắp đi công tác Việt Nam chưa?

베트남에 곧 출장 갑니까?

학습할 내용

1. sắp ~ chưa?
2. ngoài ~ ra ~
3. biết đâu, nhỡ đâu ~
4. tiếp tục+동사, 동사+tiếp

1 **sắp ~ chưa?** : 곧 ~하나요?

Anh sắp đi công tác Việt Nam chưa?

베트남에 곧 출장 갑니까?

2 **ngoài ~ ra ~** : ~ 외에

Ngoài Hà Nội ra, tôi cũng đi thành phố Hồ Chí Minh và Hải Phòng nữa.

하노이 외에, 호찌민과 하이퐁에도 갈 거예요.

3 **biết đâu, nhỡ đâu** : 혹시, 어쩌면, 행여나

Biết đâu có vấn đề gì thì làm thế nào?

혹시나 무슨 문제라도 생기면 어쩌려고요?

4 **tiếp tục+동사, 동사+tiếp** : 계속 ~하다

Tôi sẽ tiếp tục liên lạc thử.

제가 계속 연락을 취해 볼게요.

회화 익히기 Hội thoại

녹음을 듣고 회화문을 따라 읽으며 발음을 익혀 보세요.

Lan Anh **sắp** đi công tác Việt Nam **chưa**?

Lee Ừ, anh sắp đi rồi. Chắc anh sẽ ở Việt Nam trong khoảng nửa tháng. Trước tiên anh sẽ đi Hà Nội và gặp các đối tác.

Lan Sau đó anh sẽ đi đâu?

Lee **Ngoài** Hà Nội **ra**, anh cũng đi thành phố Hồ Chí Minh và Hải Phòng nữa.

Lan Anh đã liên lạc trước với các đối tác ở Việt Nam chưa?

Lee Thật ra vẫn còn vài người chưa liên lạc được. Anh định sang đến Việt Nam sẽ liên lạc lại.

Lan Trước khi đi công tác anh phải đặt lịch hẹn trước hết chứ. **Biết đâu** có vấn đề gì thì làm thế nào?

Lee Ừ, anh biết rồi. Anh sẽ **tiếp tục** liên lạc thử.

란	베트남에 곧 출장 갑니까?
이 씨	네, 곧 갑니다. 약 보름 정도 있을 것 같아요.
	일단 하노이에 가서 파트너들을 만나려고 합니다.
란	그 후에는 어디로 가나요?
이 씨	하노이 외에, 호찌민과 하이퐁에도 갈 거예요.
란	베트남에 있는 파트너들과 미리 연락은 했나요?
이 씨	사실은 몇 분이 아직 연락이 안 됩니다. 베트남에 가서 다시 연락할 예정이에요.
란	출장을 가기 전에 미리 일정을 정해야죠. 혹시나 무슨 문제라도 생기면 어쩌려고요?
이 씨	네, 알겠습니다. 계속 연락을 취해 볼게요.

회화 단어

🎧 **03-2**

▫ nửa tháng 보름 (15일)	▫ vẫn (còn) 여전히, 아직
▫ trước tiên 일단, 우선	▫ vài 몇몇의
▫ đối tác 파트너, 거래처	▫ đặt lịch (hẹn) 일정을 정하다, 약속을 잡다
▫ liên lạc (với) ~ ~와 연락하다	▫ vấn đề 문제
▫ thật ra 사실은, 실은	▫ thử 시도하다, 해보다

문법 익히기 Ngữ pháp

1 sắp ~ chưa? : 곧 ~하나요?

Anh sắp đi công tác Việt Nam chưa?
베트남에 곧 출장 갑니까?

「주어+sắp+서술어+chưa?」 구조는 근접 미래의 '곧 ~하나요?'를 의미하는 의문문 표현입니다. 이 문장 표현에서는 시간을 나타내는 부사들을 함께 사용할 수 없습니다. 위 의문문에 관한 대답은 다음과 같이 표현할 수 있습니다.

대답	
긍정 : Vâng/Dạ, (주어)+sắp+서술어+(rồi).	: 네, 곧 ~합니다.
부정 : Chưa (ạ).	: 아직이요.

A: **Công ty anh sắp mở chi nhánh mới ở Việt Nam chưa?**
당신 회사는 베트남에서 새로운 지점을 곧 오픈하나요?

B: **Vâng, sắp mở rồi ạ.**
네, 곧 오픈합니다.

A: **Em sắp xong báo cáo tháng chưa?**
월간 보고서를 곧 끝내나요?

B: **Chưa ạ. Chắc là em phải làm một giờ nữa mới xong.**
아직이요. 아마도 한 시간 더 해야 할 것 같아요.

2 ngoài ~ ra ~ : ~ 외에

Ngoài Hà Nội ra, tôi cũng đi thành phố Hồ Chí Minh và Hải Phòng nữa.
하노이 외에, 호찌민과 하이퐁에도 갈 거예요.

'~외에 ~하다'라는 표현은 「ngoài+명사/동사(+부사)+ra, 주어+서술어」 구조로 표현할 수 있습니다. 이때 ngoài ~ ra에서 ra는 생략 가능합니다.

Ngoài công ty A, công ty B cũng có thể cung cấp linh kiện này.
A 회사 외에, B 회사도 이 부품을 공급할 수 있습니다.

Ngoài ngày mai, không có ngày nào tôi có thời gian.
저는 내일 외에는 시간을 낼 수 있는 날이 없습니다.

3 biết đâu, nhỡ đâu : 혹시, 어쩌면, 행여나

Biết đâu có vấn đề gì thì làm thế nào?
혹시나 무슨 문제라도 생기면 어쩌려고요?

눈에 보이지 않는 일을 가정해서 말할 때 「biết đâu/nhỡ đâu+주어+서술어」 구조를 사용할 수 있습니다.

A: **Tôi gọi cho anh ấy mấy lần nhưng anh ấy không nghe điện thoại.**
내가 그 사람에게 전화를 몇 번 했는데 전화를 안 받았어요.

B: **Biết đâu anh ấy đang bận.**
어쩌면 그 사람은 바쁠지도 몰라요.

Nhỡ đâu anh ấy không thể tham dự cuộc họp thì làm thế nào?
혹시나 그 사람이 회의에 참석하지 못하면 어떻게 해야 하나요?

4 tiếp tục+동사, 동사+tiếp : 계속 ~하다

Tôi sẽ tiếp tục liên lạc thử.
제가 계속 연락을 취해 볼게요.

어떤 현상이나 행동이 끊이지 않고 잇따라 지속되는 것을 의미합니다. 이 표현은 '여전히, 아직'이라는 뜻의 vẫn과 같이 쓰이는 경우가 많습니다.

Anh vẫn sẽ tiếp tục làm việc ở đây mặc dù công ty gặp nhiều khó khăn.
비록 회사가 많은 어려움을 겪고 있으나 나는 여기서 계속 일을 할 겁니다.

Tôi sẽ tiếp tục học tiếng Việt đến khi nói giỏi như người bản xứ.
나는 원어민처럼 말을 잘 할 때까지 베트남어를 계속 공부할 겁니다.

Tôi phải đi bây giờ, nên không thể họp tiếp được.
나는 지금 가야 해서, 회의를 계속할 수 없어요.

말하기 연습 Bài nói

〈보기〉에서 빈칸에 알맞은 내용을 찾아 문장을 완성해 보세요.

> **보기**
> ① biết đâu ② ngoài ~ ra
> ③ sắp ~ rồi ④ sắp ~ chưa

Nam Anh (1)_____ xong việc _____? Chúng ta đi uống bia đi.

Park Tôi vẫn còn việc phải làm nhưng (2)_____ xong _____. Anh định đi uống bia ở đâu?

Nam À, tôi định đi uống ở quán cô Mai gần công ty. Anh biết quán đó không?

Park Biết chứ. Nhưng quán đó đồ ăn không ngon. (3)_____ quán đó _____, anh có biết quán nào khác không?

Nam Tôi không biết. Anh có biết không?

Park Tôi biết một quán. Tôi cho anh địa chỉ, anh ra đó trước đợi tôi nhé.

Nam Được. Trời sắp mưa rồi. Anh nhớ cầm ô nhé. (4)_____ lát nữa trời mưa.

Park Cảm ơn. Tôi biết rồi. Hẹn gặp anh lát nữa nha.

★ 발음 체크 🎧 03-3

듣기 쓰기 연습 Bài nghe / Bài viết

1 대화를 듣고 내용이 맞으면 O, 틀리면 X 하세요. 🎧 03-4

(1) Anh Nam vẫn chưa chuẩn bị xong tài liệu.　　　　(　　)

(2) Giám đốc công ty ABC không biết tiếng Anh.　　　(　　)

(3) Anh Nam phải tiếp tục chuẩn bị tài liệu tiếng Hàn.　(　　)

2 주어진 단어들을 올바르게 배열하여 문장을 완성해 보세요.

(1) ra / thì / món ăn / tôi / ngoài / Việt Nam / Hàn Quốc / cũng / thích / món ăn

→ _____

(2) ra / đừng / anh / ngoài / lát nữa / trời mưa / . Biết đâu　[두 문장으로 구성]

→ _____

(3) tôi / tiếp tục / vất vả / mặc dù / công việc / cố gắng / sẽ

→ _____

(4) sắp / tôi / báo cáo / nộp / rồi / xong / phải / mà / vẫn chưa

→ _____

독해 연습 Đọc hiểu

다음 베트남어를 해석해 보세요.

1 Ngoài phở ra, ở Việt Nam còn có nhiều món ăn đa dạng khác nữa.

→ _____

2 Ngoài Pháp ra, tôi đã đi du lịch nhiều nước rồi.

→ _____

3 Xe buýt sắp đến chưa?

→ _____

4 Anh ấy không đến nhỉ. Nhỡ đâu anh ấy bị tai nạn.

→ _____

5 Nếu tiếp tục đi thẳng, anh sẽ thấy ngã tư.

→ _____

베트남 알아보기

• 베트남의 TOP 10 기업 •

　최근 베트남 경제 시장에서 매출의 큰 비율을 차지하고 있는 기업들은 「재정, 식품 분야, 건설(건축 자재), 부동산, 통신(정보 기술 분야)」 등에 많이 분포되어 있습니다. 베트남 기업평가보고회사(Vietnam Report)의 발표에 따르면 통상 국경 기업만 랭크되는 베트남 10대 기업 명단에 최근 수년간 삼성전자가 1위를 차지한 바 있습니다.

● 2024년 베트남 상위 500대 기업 순위 10위

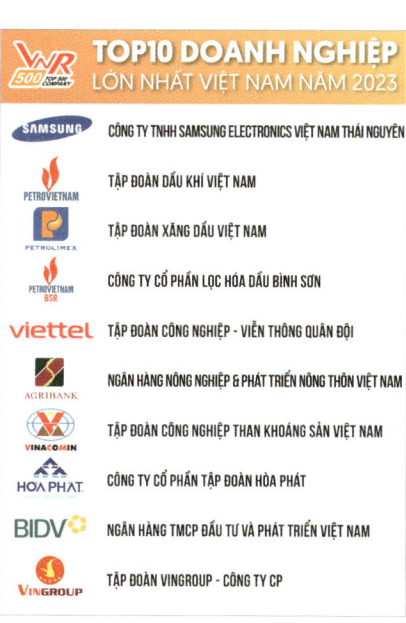

- 삼성전자 베트남 법인 (SEVT)
- 페트로베트남 (PETROVIETNAM)
- 페트로리멕스 (PETROLIMEX)
- 빈선 정유회사 (BSR)
- 베트남 군대 공업 통신 그룹 (VIETTEL)
- 베트남 농업농촌 개발은행 (AGRIBANK)
- 베트남 석탄광물공사 (Vinacomin)
- 화팟그룹 (HOA PHAT)
- 베트남 투자개발은행 (BIDV)
- 빈그룹 (VINGROUP)

Bài 4

Công việc ở công ty làm em mệt mỏi quá.

회사 업무가 저를 너무 힘들게 해요.

학습할 내용

1. đành phải+동사
2. 주어+làm (cho)/khiến (cho)+대상+동사/형용사
3. dù sao (đi nữa) ~
4. kém, 동사+kém

1. đành phải+동사 : 어쩔 수 없이 ~해야 한다, ~ㄹ 수밖에 없다

Công việc nhiều quá nên em đành phải ở lại công ty làm đêm.
저는 업무량이 너무 많아서 어쩔 수 없이 회사에 남아서 야근을 해야 했어요.

2. 주어+làm (cho)/khiến (cho)+대상+동사/형용사

: (주어)가 (대상)을 (동사/형용사)하게 만들다

Công việc ở công ty làm em mệt mỏi quá.
회사 업무가 저를 너무 힘들게 해요.

3. dù sao (đi nữa) ~ : 어찌 되든 ~, 무엇이 어떻게 되든 ~

Dù sao đi nữa cũng phải chăm sóc sức khoẻ nhé.
어쨌든 건강 관리 잘해요.

4. kém, 동사+kém : ~을/를 못하다, (능력, 시각, 나이 등) 부족하다

Em thấy em vẫn còn kém lắm.
제가 봤을 때 저는 아직도 많이 부족해요.

 Hội thoại

녹음을 듣고 회화문을 따라 읽으며 발음을 익혀 보세요.

Park	Hôm nay trông em mệt thế! Có việc gì à?
Mai	Hôm qua em không ngủ được nhiều. Công việc nhiều quá nên em **đành phải** ở lại công ty làm đêm.
Park	Thế à? Dạo này công ty đang chuẩn bị dự án mới nên chắc là bận lắm nhỉ.
Mai	Vâng, bận lắm ạ. Công việc ở công ty **làm** em mệt mỏi quá. Em thấy vẫn còn bỡ ngỡ và khó lắm.
Park	Trước đây anh cũng giống em. Nhưng dần dần em sẽ quen thôi. **Dù sao đi nữa** cũng phải chăm sóc sức khoẻ nhé.
Mai	Cảm ơn anh đã khuyên em. Em thấy em vẫn còn **kém** lắm.
Park	Em đang làm rất tốt. Đừng lo lắng quá nhé.

박 씨 오늘 정말 피곤해 보이네요. 무슨 일 있어요?

마이 어제 저는 잠을 많이 못 잤어요.
   저는 업무량이 너무 많아서 어쩔 수 없이 회사에 남아서 야근을 해야 했어요.

박 씨 그래요? 요즘 회사에서 새 프로젝트 준비하느라 아마도 많이 바쁜가 보네요.

마이 네, 정말 바빠요. 회사 업무가 저를 너무 힘들게 해요. 업무가 아직은 많이 낯설고
   어렵게 느껴져요.

박 씨 예전에 나도 마이 씨와 같았어요. 하지만 점차 익숙해질 거예요.
   어쨌든 건강 관리 잘해요.

마이 조언해 주셔서 감사합니다. 제가 봤을 때 저는 아직도 많이 부족해요.

박 씨 정말 잘하고 있어요. 너무 걱정하지 말아요.

회화 단어

🎧 04-2

làm đêm 야근하다	trước đây 이전에, 예전에
chuẩn bị 준비하다	dần dần 점점, 점차
dự án 프로젝트, 안건	chăm sóc sức khỏe 건강을 관리하다
mệt mỏi 힘들다, 지치다	khuyên 조언하다, 충고하다
bỡ ngỡ 낯설다	lo lắng 걱정하다

문법 익히기 Ngữ pháp

1 đành phải + 동사 : 어쩔 수 없이 ~해야 한다, ~ㄹ 수밖에 없다

Công việc nhiều quá nên em đành phải ở lại công ty làm đêm.
저는 업무량이 너무 많아서 어쩔 수 없이 회사에 남아서 야근을 해야 했어요.

phải는 동사 앞에 위치할 때 '~해야만 한다'라는 강한 의무를 나타내므로, 다른 방법이 없기 때문에 어떠한 행동/방법 등을 해야만 한다는 의미로 해석할 수 있습니다. 같은 의미로 「주어+đành+동사」 구조가 있습니다.

Vì thiếu người nên tôi đành phải phụ trách việc này.
인력이 부족해서 저는 어쩔 수 없이 이 업무를 맡아야 합니다.

Vì không có chuyến bay ban ngày nên tôi đành đi chuyến bay đêm.
낮 비행기 편이 없어서 밤 비행기를 탈 수밖에 없었어요.

Tôi đành gặp anh ấy để giải thích tất cả mọi việc.
나는 어쩔 수 없이 그 사람을 만나 모든 일을 설명해야 돼요.

2 주어 + làm (cho)/khiến (cho) + 대상 + 동사/형용사
: (주어)가 (대상)을 (동사/형용사)하게 만들다

Công việc ở công ty làm em mệt mỏi quá.
회사 업무가 저를 너무 힘들게 해요.

'(주어)는 (대상)의 심리적 또는 감정적 반응을 일으키게 만든다'라는 의미로, làm(하다, 만들다)과 khiến(명령하다, 시키다)을 활용해서 표현할 수 있습니다.

Chiến lược bán hàng mới làm cho doanh số tăng hai lần.
새로운 판매 전략은 매출을 두 배로 증가하게 만들었어요.

Ai làm anh giận dữ thế?   누가 당신을 화나게 만들었나요?

Việc sử dụng ni lông khiến cho môi trường ô nhiễm nghiêm trọng.
비닐 사용은 환경을 심각하게 오염시킵니다.

3 dù sao (đi nữa) ~ : 어찌 되든 ~, 무엇이 어떻게 되든 ~

Dù sao đi nữa cũng phải chăm sóc sức khoẻ nhé.
어쨌든 건강 관리 잘해요.

'상황이 어떻게 돼도 상관없이 ~한다'라는 의미를 나타냅니다. 보통 '역시, ~도'라는 뜻의 'cũng'과 같이 쓰이는 경우가 많습니다.

Dù sao đi nữa đó cũng là trách nhiệm của tôi.
어쨌든 그것 역시 제 책임입니다.

Dù sao chúng ta cũng nên làm thử một lần.
어찌 되든 우리는 한 번 해보는 게 좋아요.

Dù sao anh ấy cũng không đến, chúng ta bắt đầu cuộc họp đi.
어쨌든 그는 안 올 것이니, 우리 회의를 시작합시다.

4 kém, 동사 + kém : ~을/를 못하다, (능력, 시각, 나이 등) 부족하다

Em thấy em vẫn còn kém lắm.
제가 봤을 때 저는 아직도 많이 부족해요.

kém은 '~보다 적다' 또는 '약하다, 부족하다, 평균에 못 미치다'라는 뜻을 가진 형용사입니다. 평균 수준보다 능력, 시력이 좋지 않다는 의미로 사용합니다. 비교할 때는 「A kém B」구조로 'A는 B에 비해 적다/못하다'라는 의미로 표현할 수 있습니다.

Doanh thu năm nay kém năm ngoái. 올해의 매출은 작년에 비해 적습니다.

Mắt anh dạo này kém quá, không thể nhìn xa được.
요즘 내 눈이 너무 나빠서, 멀리 볼 수가 없어요.

Cô ấy làm việc càng ngày càng kém, không có việc gì làm tốt cả.
그녀는 갈수록 일을 못하고, 잘 하는 일이 하나도 없네요.

말하기 연습 Bài nói

〈보기〉에서 빈칸에 알맞은 내용을 찾아 문장을 완성해 보세요.

> **보기**
>
> ① đành phải   ② kém   ③ khiến

Mai và Nam là đồng nghiệp cùng công ty. Tuần trước Mai bị tai nạn gãy chân nên ⁽¹⁾_____ nghỉ ở nhà. Cái chân đau ⁽²⁾_____ Mai không thể đến công ty được. Công việc của Mai thì hiện tại Nam tạm thời phụ trách. Nhưng Nam mới vào công ty nên năng lực còn ⁽³⁾_____ và còn chưa quen với công việc. Mai dù không đến công ty được nhưng vẫn gọi điện chỉ dẫn công việc và giúp đỡ Nam. Nhờ vậy mà Nam đã hoàn thành tốt công việc.

★ 발음 체크 🎧 04-3

듣기 쓰기 연습 Bài nghe / Bài viết

1 대화를 듣고 내용이 맞으면 O, 틀리면 X 하세요. 🎧 04-4

(1) Con gái của Mai học rất giỏi. ( )

(2) Nam khiến Mai giận. ( )

(3) Con gái của Mai đang học thêm ở trung tâm. ( )

2 주어진 단어들을 올바르게 배열하여 문장을 완성해 보세요.

(1) cuối tuần / đành phải / tôi / anh ấy / vào / gặp

→ _____

(2) ngạc nhiên / đó / sự kiện / tôi / làm cho

→ _____

(3) đều / thôi / ổn / tất cả / dù sao / sẽ

→ _____

(4) tôi / mắt của cô ấy / nên / rất / không / kém / nhận ra

→ _____

독해 연습 Đọc hiểu

다음 베트남어를 해석해 보세요.

1 Tôi để ví ở nhà nên đành phải quay về nhà.

→ _____

2 Câu chuyện đó khiến tôi giận dữ.

→ _____

3 Tôi khiến cho tất cả mọi người hoang mang.

→ _____

4 Dù sao đi nữa ngày mai cũng hãy gọi điện cho tôi.

→ _____

5 Tiếng Việt của tôi còn kém lắm.

→ _____

베트남 알아보기

• 베트남 취업 준비생들이 선호하는 분야와 취업 사이트 •

베트남에서 최근 떠오르는 직업군으로는 다음과 같은 5개의 영역들이 있습니다.

- **IT**

    IT 업종은 최근 10년 동안 베트남에서 가장 인기 있는 직업 분야 중 하나입니다. 특히 젊은 층에서 웹디자인, 엔지니어, 게임 등과 같은 분야에 높은 관심과 지원율을 보이고 있습니다.

- **건설**

    베트남의 건설 산업은 아시아에서 가장 빠르게 성장하는 TOP 3 국가 중 하나입니다. 따라서, 노동력 수요도 연간 약 40~50만 명으로 빠르게 증가하고 있습니다. 그중 높은 기술적 전문 지식을 가진 기술자들은 매우 부족한 상황입니다.

- **식품 공학**

    식품 공학은 농작물 보관 및 가공, 식품 가공 과정의 제품 품질 점검 및 평가, 신제품 연구 및 개발, 생산라인 운영 등 전문적 분야에 속합니다. 이 산업은 정부가 2025년 개발 우선권을 가진 주요 산업군 중 하나로 지정했기 때문에 인력 수요가 높습니다.

- **디지털 마케팅**

    인터넷은 마케팅 산업을 위한 새로운 마케팅 방법을 제공하고 있습니다. 호찌민시 인력센터의 예측에 따르면, 호찌민시만 해도 마케팅 업계의 인력 수요가 연간 1만 명은 넘는 것으로 나타났습니다.

- **로지스틱스**

    연간 30%가 넘는 성장률을 보이는 물류 산업은 글로벌 인력이 늘 필요한 업종 중 하나입니다. 높은 성장률을 자랑하는 만큼 베트남 취업 준비생들의 많은 관심을 받는 분야입니다.

- **베트남의 주요 취업 사이트**

    https://www.vietnamworks.com
    http://vieclam.24h.com.vn
    http://timviecnhanh.com
    http://careerbuilder.vn
    https://www.careerlink.vn

Bài 5

Tôi gửi email cho anh ấy mãi mà không có hồi âm.

계속 이메일을 보냈는데도 회신이 없습니다.

학습할 내용

1 동사+mãi mà không ~
2 tưởng+동사/절
3 bằng mọi giá ~
4 동사+lại

1 동사+mãi mà không ~ : 계속 ~하는데도 ~하지 않다

Tôi gửi email cho anh ấy mãi mà không có hồi âm.
계속 이메일을 보냈는데도 회신이 없습니다.

2 tưởng+동사/절 : ~인 줄 알았다, ~하는 줄 알았다

Tôi cứ tưởng anh ấy ở văn phòng nhưng hóa ra là không phải.
사무실에 계신 줄 알았는데 아니었군요.

3 bằng mọi giá ~ : 무슨 수를 써서라도

Chị nói với anh ấy bằng mọi giá hãy liên lạc với tôi trong hôm nay nhé.
무슨 수를 써서라도 오늘 안으로 저에게 연락하라고 전해 주세요.

4 동사+lại : ~을 다시 하다

Ngay khi anh ấy về văn phòng, tôi sẽ chuyển lời để anh ấy gọi lại cho anh.
사무실에 돌아오시는 즉시, 당신에게 다시 전화하라고 전해 드릴게요.

Hội thoại

| Tiếp tân | A lô, công ty ABC xin nghe. Tôi có thể giúp gì không ạ? |

Nam: Chào chị. Tôi là Nam, nhân viên của công ty thực phẩm chức năng Hàn Quốc. Tôi muốn gặp anh An trưởng phòng Kinh doanh ạ. Tôi gửi email cho anh ấy mãi mà không có hồi âm.

Tiếp tân: Anh vui lòng đợi một chút. Để tôi xem anh ấy có ở văn phòng không.

(Một lát sau)

Tiếp tân: Anh An có lịch trình ở bên ngoài, chắc là chiều nay anh ấy mới về văn phòng ạ.

Nam: Tôi cứ tưởng anh ấy ở văn phòng nhưng hoá ra là không phải. Nếu anh ấy về văn phòng thì chị nói với anh ấy bằng mọi giá hãy liên lạc với tôi trong hôm nay nhé.

Tiếp tân: Vâng ạ. Ngay khi anh ấy về văn phòng, tôi sẽ chuyển lời để anh ấy gọi lại cho anh.

안내원	여보세요, ABC사입니다.
	무엇을 도와드릴까요?
남	안녕하세요. 한국기능식품의 남입니다. 영업팀장 안 씨와 통화하고 싶습니다.
	계속 이메일을 보냈는데도 회신이 없습니다.
안내원	잠시만 기다려 주세요. 사무실에 계신지 한번 볼게요.

(잠시 후)

안내원	안 팀장님이 외부 일정이 있는데, 아마도 오후에 사무실로 돌아오실 것 같아요.
남	사무실에 계신 줄 알았는데 아니었군요. 사무실에 돌아오시면 무슨 수를 써서라도
	오늘 안으로 저에게 연락하라고 전해 주세요.
안내원	네. 사무실에 돌아오시는 즉시, 당신에게 다시 전화하라고 전해 드릴게요.

회화 단어

🎧 05-2

- thực phẩm chức năng   기능식품
- trưởng phòng kinh doanh   영업팀장
- hồi âm   회신(하다)
- lịch trình   일정
- bên ngoài   밖, 바깥쪽
- liên lạc   연락하다
- ngay khi ~   ~자마자, 즉시
- chuyển lời   말을 전하다

문법 익히기 Ngữ pháp

1 동사 + mãi mà không ~ : 계속 ~하는데도 ~하지 않다

Tôi gửi email cho anh ấy mãi mà không có hồi âm.
계속 이메일을 보냈는데도 회신이 없습니다.

'주어1이 계속 ~하는데도 (주어2) ~하지 않다'라는 의미는 「주어1+서술어1+mãi mà(+주어2)+không+서술어2」 구조로 표현할 수 있습니다. 주어1과 주어2가 동일한 대상인 경우 주어2는 생략할 수 있습니다.

Tôi yêu cầu mãi mà họ không giảm giá cho tôi.
내가 계속 요청했는데도 그들이 가격을 안 깎아 줬어요.

Tôi gọi mãi mà anh ấy không nghe máy.
전화를 계속했는데도 전화를 안 받았어요.

Tôi bấm chuông mãi mà không thấy ai mở cửa.
내가 벨을 계속 눌렀는데도 아무도 문을 열어주지 않았어요.

2 tưởng + 동사/절 : ~인 줄 알았다, ~하는 줄 알았다

Tôi cứ tưởng anh ấy ở văn phòng nhưng hóa ra là không phải.
사무실에 계신 줄 알았는데 아니었군요.

화자가 생각했던 것과 사실이 달랐을 경우 '~인 줄 알았다, ~하는 줄 알았다'라는 의미를 나타냅니다.

Tôi tưởng anh về nước từ tuần trước rồi.
나는 당신이 지난주에 귀국하신 줄 알았어요.

Tôi tưởng việc này dễ nhưng hóa ra khó quá.
이 일이 쉬운 줄 알았는데 알고 보니 너무 어려웠습니다.

Em tưởng chỉ cần gửi báo giá qua email là được.
저는 견적서를 이메일로 보내면 되는 줄 알았어요.

3 bằng mọi giá ~ : 무슨 수를 써서라도

Chị nói với anh ấy bằng mọi giá hãy liên lạc với tôi trong hôm nay nhé.
무슨 수를 써서라도 오늘 안으로 저에게 연락하라고 전해 주세요.

'bằng mọi giá ~'는 '무슨 수를 써서라도'라는 의미로, 문장 맨 앞이나 끝에 위치합니다. 같은 의미를 가진 표현으로는 bằng mọi cách이 있습니다.

Bằng mọi giá chúng ta phải thực hiện dự án này.
우리는 무슨 수를 써서라도 이 사업을 실현시켜야 합니다.

Bằng mọi cách tôi phải thành công.
저는 무슨 수를 써서라도 성공해야 합니다.

Công ty chúng ta phải tuyển dụng cô ấy bằng mọi giá.
우리 회사는 무슨 수를 써서라도 그분을 채용해야 합니다.

4 동사+lại : ~을 다시 하다

Ngay khi anh ấy về văn phòng, tôi sẽ chuyển lời để anh ấy gọi lại cho anh.
사무실에 돌아오시는 즉시, 당신에게 다시 전화하라고 전해 드릴게요.

어떤 행동이 반복됨을 나타내며, 영어의 again과 같습니다.

Chúng ta cần tính lại dự toán của năm sau.
우리는 내년의 예산을 다시 계산해야 합니다.

Em hãy xem lại nội dung thuyết trình trước khi họp.
너는 회의하기 전에 프레젠테이션 내용을 다시 봐.

Tôi đã nộp báo cáo cho trưởng phòng, nhưng anh ấy nói tôi phải viết lại.
나는 팀장님께 보고서를 제출했는데, 다시 써야 한다고 말씀하셨어요.

 **익히기** Ngữ pháp

● 「동사+lại」와 「lại+동사」 구분하기

「동사+lại」는 어떤 행동이 같은 내용으로 반복되고 있음을 나타낼 때 쓰는 표현이며, 「lại+동사」는 내용과 상관없이 어떤 행동이 반복 또는 재연됨을 표현하거나 거듭됨을 강조할 때 쓰입니다.

동사 + lại	lại + 동사
Tôi đang làm lại báo cáo. (하던) 보고서를 다시 쓰고 있습니다.	Tôi lại làm báo cáo. (다른) 보고서를 또 합니다.
Anh xem lại phim đó à? 당신은 그 영화를 다시 봐요?	Anh lại xem phim à? 당신은 영화를 또 봐요?
Tôi gặp lại cô ấy hôm qua. 어제 나는 그녀를 다시 만났어요.	Tôi lại gặp cô ấy hôm qua. 어제 나는 그녀를 또 만났어요.

● lại의 다른 용법

① '오다, 가다'라는 뜻의 단독 동사로, 짧은 거리/작은 범위 안에서 이동을 나타낼 때 사용할 수 있습니다.

Minh ơi, em lại đây một chút nhé. 　　밍 씨, 여기로 오세요.
Khi có thời gian, anh lại nhà em chơi nhé. 　시간이 있을 때, 우리 집에 놀러 오세요.
Tôi lại nhà thuốc mua thuốc đau đầu. 　　나는 두통약을 사러 약국에 가요.

② 「lại+동사」는 화자가 예상하지 못했던 의외의 결과가 나타났을 때도 사용할 수 있습니다.

Cái máy giặt này đắt quá, nhưng chồng tôi lại thích.
이 세탁기는 너무 비싼데, (왠지 모르지만) 남편이 좋아해요.

Vì sao em ấy không đi Mỹ du học mà lại sang Úc?
그 동생은 왜 미국으로 유학하러 안 가고 호주로 가나요?

Sao em lại nói như thế?
너는 왜 그렇게 말해?

③ 동사+đi+동사+lại : ~을 하고 또 하다

    Nội dung này khó quá nên em đọc đi đọc lại mà vẫn không hiểu.
    이 내용은 너무 어려워서 읽고 또 읽어도 이해가 안 돼요.

    Bộ phim này thú vị nên xem đi xem lại vẫn không chán.
    이 영화는 재미있어서 보고 또 봐도 싫증 나지 않아요.

    Em gửi đi gửi lại email vẫn không được.
    저는 이메일을 보내고 또 보내도 여전히 보내지지 않아요.

④ 「동사+lại」는 '되~, 도로'와 같이 '어떤 방향을 반대로 한다'라는 의미로 사용할 수 있습니다.

    Ngày mai, tôi sẽ trả lại anh quyển sách đó.   내일, 그 책을 당신에게 되돌려 드리겠습니다.
    Tôi muốn bán lại chiếc xe ô tô này.   나는 이 자동차를 되팔고 싶어요.
    Anh không thối lại tiền thừa cho tôi à?   저에게 거스름돈은 안 주나요?

⑤ 「동사+lại」는 활동 범위/방향을 최소화할 때도 사용할 수 있습니다.

    Sách bị dồn lại ở một góc.
    책이 구석에 쌓여 있어요.

    Chúng ta phải đoàn kết lại mới có thể thành công.
    우리가 뭉쳐야만 성공할 수 있어요.

    Tôi quá đau nên không thể làm gì, chỉ nằm co người lại.
    나는 너무 아파서 아무것도 못하고, 몸을 웅크리고 누워만 있었어요.

⑥ '규모, 범위, 속도, 양이 줄어든다'라는 표현을 할 때 「형용사+lại」 또는 「동사+부사+lại」로 표현할 수 있습니다.

    Anh chạy chậm lại đi.   속도를 줄이세요.
    Tôi ước gì có thể trẻ lại 5 tuổi.   나는 5살만 더 젊어졌으면 좋겠어요.
    Chiếc bánh càng lúc càng nhỏ lại.   빵이 갈수록 작아져요.

말하기 연습 Bài nói

〈보기〉에서 빈칸에 알맞은 내용을 찾아 문장을 완성해 보세요.

> **보기**
> ① tưởng   ② mãi mà không
> ③ bằng mọi giá   ④ lại

Mai   Tuần sau có cuộc họp quan trọng. Anh chuẩn bị tài liệu phát biểu đến đâu rồi?

Nam   Tôi vẫn đang chuẩn bị nhưng báo cáo về doanh thu thì tôi đọc (1) _____ hiểu.

Mai   Anh hỏi thử anh Park trưởng phòng kinh doanh đi. Anh ấy sẽ giúp anh.

Nam   Tôi (2) _____ anh Park đang nghỉ phép.

Mai   Không. Anh Park vẫn đi làm. Tuần sau anh ấy mới nghỉ phép. Anh hỏi anh Park ngay đi nhé. Buổi họp tuần sau rất quan trọng. (3) _____ công ty chúng ta phải kí được hợp đồng này.

Nam   Vâng, tôi biết rồi. Tôi sẽ hỏi anh Park ngay. Cảm ơn chị nhiều.

Mai   Nếu còn vấn đề gì khác mà anh không hiểu thì anh cứ hỏi (4) _____ nhé.

Nam   Vâng ạ.

★ 발음 체크 05-3

듣기쓰기 연습 Bài nghe / Bài viết

1 대화를 듣고 내용이 맞으면 O, 틀리면 X 하세요. 🎧 05-4

(1) Anh Nam đang trên xe taxi. ( )

(2) Anh Nam đành phải đi taxi vì chờ mãi xe buýt không tới. ( )

(3) Bằng mọi giá anh Nam phải đến nơi trước 11 giờ. ( )

(4) Chị Mai đã thông báo lại với anh Nam về thời gian chương trình bị thay đổi. ( )

2 주어진 단어들을 올바르게 배열하여 문장을 완성해 보세요.

(1) máy tính / tôi / không lên / mãi mà / bật
   → _____

(2) ngày kia / ngày mai / tôi / hóa ra / tôi / đi công tác / tưởng / nhưng / là
   → _____

(3) hôm nay / hoàn thành / muốn / tôi / bằng mọi giá / việc này / trong
   → _____

(4) làm lại / phải / ngày mai / báo cáo / tôi
   → _____

단어 thông báo 통보하다, 알리다   chương trình 프로그램   thay đổi 바꾸다

독해 연습 Đọc hiểu

다음 베트남어를 해석해 보세요.

1 Tôi trượt kì thi này nên năm sau tôi phải thi lại.

→ _____

2 Anh ấy thích đồ ăn Việt Nam nhưng tôi lại thích đồ ăn Hàn Quốc.

→ _____

3 Tôi đã nói đi nói lại rất nhiều lần nhưng mãi mà anh ấy vẫn không hiểu.

→ _____

4 Bằng mọi giá tôi phải mua được nhà trong năm nay.

→ _____

5 Tôi cứ tưởng cô ấy là người Hàn Quốc nhưng hoá ra không phải.

→ _____

베트남 알아보기

· 베트남의 통신 업체 ·

베트남에는 현재 비엣텔(Viettel), 비나폰(Vinaphone), 모비폰(Mobifone), 인도차이나텔레콤(Indochina Telecom), 베트남모바일(Vietnamobile), 지모바일(GMobile)과 같은 이동 통신사들이 있습니다. 그중 비엣텔, 비나폰, 모비폰이 이동통신업계의 95%를 점유하고 있습니다.

● 비엣텔 (Viettel)

비엣텔은 베트남 이동통신시장 점유율 50% 이상을 차지하고 있고, 베트남 뿐만 아니라 동남아 전체 통신 시장의 점유율 1위를 수성하고 있는 업체입니다. 2020년대에 들어서는 5G 기지국을 구축하면서 시장 점유율을 더욱 확대해 왔습니다.

● 비나폰 (Vinaphone)

베트남에서 가장 빠른 이동통신사로 알려져 있습니다. 이동통신시장이 포화 상태인 관계로, 비나폰을 비롯한 여러 이동통신사들은 신규 시장 발굴에 노력하며 1위 자리를 추격하고 있습니다.

● 모비폰 (Mobifone)

모비폰은 베트남의 3대 이동통신사 중 하나로 약 30%의 시장 점유율을 가지고 있습니다. 베트남 이동통신사 중 유일하게 6년 연속 소비자 선호 브랜드로 선정된 바 있습니다.

Bài **1~5**

복습하기
Ôn tập

1 다음을 읽고, 관련된 내용끼리 연결해 보세요.

> 박 씨는 품질관리부에 소속되어 있습니다.
> 남 씨는 알고 보니 아는 사람이군요.
> 화 씨는 일주일 전에 견적서를 받았습니다.
> 밍 씨, 이번 주 주말에 영화 보러 갑시다.

(1) Park • ⓐ hóa ra là người quen.

(2) Nam • ⓑ cuối tuần này đi xem phim nhé.

(3) Hòa • ⓒ thuộc bộ phận quản lý chất lượng.

(4) Anh Minh, • ⓓ đã nhận được báo giá cách đây một tuần.

2 다음 글을 읽고 질문에 답하세요.

(1) Cách đây năm năm, tôi bắt đầu làm việc ở bộ phận marketing. Lúc đầu tôi đã nghĩ công việc này không khó lắm, nhưng hóa ra khó hơn tôi nghĩ nhiều. Tôi đã phải học và cố gắng rất nhiều. Bây giờ thì tôi cảm thấy rất yêu thích công việc của mình.

Năm năm trước, anh ấy thấy công việc thế nào?

➡ _____

(2) Trong công ty tôi, Mai và Lan rất thân với nhau. Hai người thường đi làm cùng lúc và ăn cơm trưa với nhau. Tôi hỏi hai người, thì hóa ra, hai người là bạn đại học.

Mối quan hệ của Lan và Mai là gì?

➡ _____

3 〈보기〉에서 빈칸에 알맞은 내용을 찾아 문장을 완성해 보세요.

> •보기•
> ① đến mức   ② cứ   ③ gì mà   ④ đáng lẽ ra

Park   Anh cũng đang chăm chỉ học tiếng Việt nhưng vẫn còn thiếu sót nhiều.
Mai   Thiếu sót (1) _____ thiếu sót chứ. Anh nói tiếng Việt giỏi (2) _____ em nghĩ anh là người Việt Nam. (3) _____ em phải bắt đầu học tiếng Hàn sớm hơn.
Park   Em (4) _____ học chăm chỉ từ bây giờ thì sẽ giỏi thôi. Nếu cần giúp đỡ thì em nói với anh nhé.

4 〈보기〉에서 빈칸에 알맞은 내용을 찾아 문장을 완성해 보세요.

> •보기•
> ① ngoài ~ ra   ② biết đâu   ③ tiếp tục   ④ sắp ~ chưa

(1) A: Em _____ xong báo cáo tháng _____?
    B: Chưa ạ. Chắc làm em phải làm một giờ nữa mới xong.

(2) A: Tôi gọi cho anh ấy mấy lần nhưng anh ấy không nghe điện thoại.
    B: _____ anh ấy đang bận.

(3) A: Em liên lạc họ mãi mà không được.
    B: Chiều nay em _____ điện thoại cho họ thử xem.

5 다음을 읽고, 관련된 내용끼리 연결해 보세요.

(1) ~을/를 못하다 • • ⓐ đành phải

(2) ~하게 만들다 • • ⓑ làm

(3) ~ㄹ 수밖에 없다 • • ⓒ dù sao

(4) 어찌 되든 • • ⓓ kém

6 내용을 읽고 맞으면 O, 틀리면 X 하세요.

(1) 「동사+lại」는 같은 내용으로 반복되는 행동을 말한다.   (   )

(2) 「동사+lại」는 내용과 상관없이 반복되는 행동을 말한다.   (   )

(3) 'bằng mọi giá ~'는 '무슨 수를 써서라도'라는 의미이다.   (   )

(4) 「동사+mãi mà không」은 '~인 줄 알았다'라는 의미이다.   (   )

Bài 6

Chúng ta phải điều tra thị trường Việt Nam cho nó chi tiết.

우리는 베트남 시장을 자세하게 조사해야 해요.

학습할 내용

1. cho nó/cho+형용사
2. không (có)~như/bằng+비교 대상
3. tự+동사+(lấy)
4. bằng cách ~

1 cho nó/cho+형용사 : ~(하)게

Chúng ta phải điều tra thị trường Việt Nam cho nó chi tiết.
우리는 베트남 시장을 자세하게 조사해야 해요.

2 không (có) ~ như/bằng+비교 대상 : (비교 대상)만큼 ~ 없다

Anh nghĩ không có gì quan trọng bằng việc điều tra thị trường.
나는 시장조사만큼 중요한 일은 없다고 생각해요.

3 tự+동사+(lấy) : 스스로/직접 ~하다

Anh bảo em tự làm lấy một mình ạ?
저에게 혼자서 스스로 하라고 하시는 건가요?

4 bằng cách ~ : ~ 방법으로

Trước tiên, em sẽ tìm hiểu bằng cách tra cứu tài liệu trên mạng.
우선, 제가 인터넷에서 자료 찾는 방법으로 알아볼게요.

회화 익히기 Hội thoại

🎧 06-1

녹음을 듣고 회화문을 따라 읽으며 발음을 익혀 보세요.

Kim   Từ tháng sau công ty chúng ta sẽ tiến hành dự án mới ở Việt Nam.

Lee   Dự án gì vậy ạ?

Kim   Chúng ta sẽ giới thiệu thực phẩm chức năng mới đến thị trường Việt Nam. Đầu tiên, chúng ta phải điều tra thị trường Việt Nam cho nó chi tiết. Anh nghĩ không có gì quan trọng bằng việc điều tra thị trường. Em phụ trách thử nhé.

Lee   Anh bảo em tự làm lấy một mình ạ? Vốn dĩ điều tra thị trường thì em nghĩ làm cùng với nhân viên bản địa sẽ tốt hơn.

Kim   Vậy thì em đi công tác Hà Nội và cùng điều tra thị trường với nhân viên ở chi nhánh Hà Nội nhé.

Lee   Trước tiên, em sẽ tìm hiểu bằng cách tra cứu tài liệu trên mạng. Sau đó, em sẽ chuẩn bị đi công tác Việt Nam vào tuần sau ạ.

김 씨   다음 달에 베트남에서 새로운 프로젝트를 진행하기로 했어요.

이 씨   무슨 프로젝트인가요?

김 씨   새로운 건강기능식품을 베트남 시장에 소개할 거예요.
우선, 우리는 베트남 시장을 자세하게 조사해야 해요.
나는 시장조사만큼 중요한 일은 없다고 생각해요. 이 씨가 맡아보세요.

이 씨   저에게 혼자서 스스로 하라고 하시는 건가요?
원래 시장조사는 현지 직원과 함께 하는 것이 더 좋다고 저는 생각해요.

김 씨   그러면 이 씨가 하노이 출장을 가서 하노이 지사에 있는 직원과 함께 시장 조사를 해봐요.

이 씨   우선, 제가 인터넷에서 자료 찾는 방법으로 알아볼게요. 그러고 나서, 다음 주에 베트남 출장을 준비할게요.

회화 단어

🎧 06-2

tiến hành 진행하다	phụ trách 책임을 지다, 담당하다
dự án 프로젝트	vốn dĩ 본래, 원래
điều tra 조사하다	nhân viên bản địa 현지 직원
thị trường 시장(市場)	chi nhánh 지사, 분점
chi tiết 상세한, 자세한	tra cứu (자료를) 찾다, 검색하다

문법 익히기 Ngữ pháp

1 cho nó/cho + 형용사 : ~(하)게

Chúng ta phải điều tra thị trường Việt Nam cho nó chi tiết.
우리는 베트남 시장을 자세하게 조사해야 해요.

행동의 목적 또는 목표를 나타낼 때 사용합니다.

Em gửi hồ sơ này bằng dịch vụ chuyển phát nhanh cho nhanh nhé.
이 서류를 속달 우편으로 빠르게 보내세요.

Tôi uống vitamin mỗi ngày cho nó khỏe.
나는 건강하게 매일 비타민을 먹습니다.

Họ dọn dẹp văn phòng cho sạch.
그들은 깨끗하게 사무실을 정돈합니다.

2 không (có) ~ như/bằng + 비교 대상 : (비교 대상)만큼 ~ 없다

Anh nghĩ không có gì quan trọng bằng việc điều tra thị trường.
나는 시장조사만큼 중요한 일은 없다고 생각해요.

비교를 강조하고 싶을 때 '~만큼 ~는 없다'라는 의미로 「không (có)+명사/대명사+동사(+부사)/형용사+như/bằng+비교 대상」 구조로 표현할 수 있습니다. 여기서 'không có'는 '없다', 'bằng'은 '~만큼'이라는 뜻입니다.

Ở khu vực này không có khách sạn nào cao cấp bằng khách sạn này.
이 지역에는 이 호텔만큼 고급스러운 호텔은 없어요.

Tôi nghĩ sẽ không có công ty nào làm tốt bằng công ty này.
나는 이 회사만큼 잘하는 회사는 없을 거라고 생각해요.

Tôi thấy không ai thông minh như anh ấy.
내가 보기에는 그 사람만큼 똑똑한 사람은 아무도 없어요.

3 tự + 동사 + (lấy) : 스스로/직접 ~하다

Anh bảo em tự làm lấy một mình ạ?
저에게 혼자서 스스로 하라고 하시는 건가요?

'다른 도움 없이 자체적으로 어떤 일을 완성하다'라는 의미를 나타냅니다. tự는 '스스로'라는 부사로 동사 앞에 위치하며, lấy는 생략 가능합니다.

Công ty chúng tôi tự sản xuất sản phẩm lấy mà không thuê ngoài.
우리 회사는 아웃소싱 없이 직접 제품을 생산해요.

Tôi muốn tự làm bản kế hoạch công việc này.
나는 스스로 이 업무계획서를 해보고 싶어요.

Ông giám đốc đã tự tìm khách hàng mới.
사장님이 직접 신규 고객을 발굴했어요.

4 bằng cách ~ : ~ 방법으로

Trước tiên, em sẽ tìm hiểu bằng cách tra cứu tài liệu trên mạng.
우선, 제가 인터넷에서 자료 찾는 방법으로 알아볼게요.

어떤 행동에 관한 방법을 나타낼 때 '~하는 방법으로 ~하다'라는 의미로 「bằng cách + 동사」 구조로 표현할 수 있습니다.

Doanh nghiệp Hàn Quốc giảm chi phí bằng cách chuyển nhà máy sang Đông Nam Á. 한국 기업은 공장을 동남아로 이전하는 방법으로 비용을 절감합니다.

Tôi đã luyện tập tiếng Việt bằng cách nói chuyện nhiều với người Việt Nam.
나는 베트남인과 많이 이야기하는 방법으로 베트남어를 연습했어요.

Khách hàng có thể được giảm giá bằng cách gia nhập hội viên.
고객은 회원가입을 하는 방법으로 할인을 받을 수 있습니다.

말하기 연습 Bài nói

〈보기〉에서 빈칸에 알맞은 내용을 찾아 문장을 완성해 보세요.

> **보기**
> ① bằng cách   ② không có ~ bằng
> ③ tự ~ lấy   ④ cho nó

Mai   Anh đã tìm được nhà chưa?

Nam   Tôi chưa. Tôi đã thử ⁽¹⁾_____ tìm _____ nhưng không có. Tìm nhà khó quá. Chị có thể giúp tôi được không?

Mai   Anh tìm ⁽²⁾_____ nào?

Nam   Tôi đã thử tìm ⁽³⁾_____ lên các app bất động sản. Ngoài ra tôi còn hỏi mọi người xung quanh nữa.

Mai   Tôi nghĩ anh nên đến các trung tâm môi giới bất động sản ⁽⁴⁾_____ nhanh và an toàn.
Khi tìm nhà thì ⁽⁵⁾_____ cách nào tiện lợi _____ đến thẳng trung tâm môi giới bất động sản đâu.

Nam   Vậy à? Vậy tôi phải đi thử ngay.
Cảm ơn chị nhiều.

★ 발음 체크 🎧 06-3

듣기 쓰기 연습 Bài nghe / Bài viết

1 대화를 듣고 내용이 맞으면 O, 틀리면 X 하세요. 🎧 **06-4**

(1) Anh Nam sẽ không điều tra thị trường bằng cách phỏng vấn và làm khảo sát. (   )

(2) Ở công ty Mai là người giỏi nhất. (   )

(3) Anh Nam sẽ đi uống rượu với chị Mai. (   )

2 대화를 듣고 내용이 맞으면 O, 틀리면 X 하세요. 🎧 **06-5**

(1) Chồng chị Yến thường xuyên uống vitamin cho khoẻ. (   )

(2) Chị Yến mua vitamin cho chồng uống. (   )

(3) Theo chị Yến, cách tốt nhất để giữ sức khoẻ là tập thể dục.

(   )

 *Đọc hiểu*

다음 베트남어를 해석해 보세요.

Tôi là Thu và là người Việt Nam. Tôi đã học tiếng Hàn được sáu tháng. Tôi không đến trung tâm mà chủ yếu tự học ở nhà. Tôi học từ vựng và cách phát âm tiếng Hàn qua phim và các show truyền hình. Ngoài ra tôi còn kết bạn với các bạn người Hàn để luyện tập nói và nghe tiếng Hàn. Theo tôi thì không có cách nào tốt bằng cách nói chuyện với người bản ngữ để nâng cao kĩ năng nói và nghe. Còn với ngữ pháp, tôi nghĩ mình cần học ngữ pháp cơ bản cho thật chắc chắn để không mắc lỗi sai khi viết tiếng Hàn. Tôi cũng đọc nhiều sách để luyện kĩ năng đọc tiếng Hàn.

베트남 알아보기

· 인기 있는 한국의 건강기능식품 ·

베트남의 빠른 경제 성장과 함께 가계 수입이 점차 높아지면서 베트남 현지인들의 건강에 관한 관심은 점점 커지고 있습니다. 따라서 건강과 관련된 기능식품 분야 역시 크게 발전하고 있습니다.

국내산을 애용하는 사람들도 많지만 비싸더라도 한국, 미국, 일본 등 수입제품을 구매하려는 베트남인들도 적지 않습니다. 국내 및 해외 기업을 포함한 약 3,500여 개 기업이 베트남 시장에 진출해서 현재 약 1만 개가 넘는 제품이 유통되고 있습니다.

그중에 한국의 인삼, 영지버섯으로 만든 제품은 고급 제품으로 인정받으며 건강기능식품으로써 베트남인들에게 많은 사랑을 받고 있습니다.

인삼

홍삼 절편

홍삼정

영지버섯

Bài 7

Tôi đã luôn muốn được trở thành nhân viên của công ty.

항상 이 회사의 직원이 되고 싶었습니다.

학습할 내용

1. làm sao mà+동사/형용사/절
2. trở thành+명사
3. 동사+thử xem, thử+동사+xem
4. A nói riêng (và) B nói chung ~

1 làm sao mà+동사/형용사/절 : 어째서/어떻게 ~하다

Làm sao mà chị biết được công ty chúng tôi và ứng tuyển?

우리 회사를 어떻게 알고 지원했나요?

2 trở thành+명사 : ~(이)가 되다

Tôi đã luôn muốn được **trở thành** nhân viên của công ty.

항상 이 회사의 직원이 되고 싶었습니다.

3 동사+thử xem, thử+동사+xem : ~해 보세요

Chị hãy nói **thử xem** tại sao công ty chúng tôi phải tuyển chị.

왜 우리가 당신을 채용해야 하는지 이야기해 보세요.

4 A nói riêng (và) B nói chung ~ : 작게는 A 크게는 B ~

Điều đó sẽ giúp ích cho bộ phận **nói riêng** và cho công ty **nói chung**.

작게는 부서 크게는 회사 전체에 도움이 될 수 있겠네요.

회화 익히기 Hội thoại

🎧 07-1

녹음을 듣고 회화문을 따라 읽으며 발음을 익혀 보세요.

Nam   <u>Làm sao mà</u> chị biết được công ty chúng tôi và ứng tuyển?

Yumi   Vì công ty rất nổi tiếng ở lĩnh vực thực phẩm chức năng nên tôi đã luôn muốn được <u>trở thành</u> nhân viên của công ty.

Nam   Chị hãy nói <u>thử xem</u> tại sao công ty chúng tôi phải tuyển chị.

Yumi   Tôi đã tốt nghiệp chuyên ngành thực phẩm chức năng, và cũng có kinh nghiệm làm việc trong lĩnh vực này. Tôi không những có thể nói tiếng Việt mà còn có thể nói tiếng Anh nên tôi nghĩ là tôi có thể nâng cao tính hiệu quả của công việc.

Nam   Tốt lắm. Điều đó sẽ giúp ích cho bộ phận <u>nói riêng</u> và cho công ty <u>nói chung</u>. Chúng tôi sẽ tuyển dụng chị.

Yumi   Cảm ơn anh.

남 우리 회사를 어떻게 알고 지원했나요?
유미 회사가 기능식품 분야에서 매우 유명하기 때문에 저는 항상 이 회사의 직원이 되고 싶었습니다.
남 왜 우리가 당신을 채용해야 하는지 이야기해 보세요.
유미 저는 기능식품학을 전공했으며, 이 분야에서 일한 경험도 있습니다. 또한 저는 베트남어뿐만 아니라 영어도 할 수 있기 때문에 업무 효율성을 높일 수 있다고 생각합니다.
남 좋습니다. 작게는 부서 크게는 회사 전체에 도움이 될 수 있겠네요. 당신을 직원으로 채용하겠습니다.
유미 감사합니다.

회화 단어

07-2

ứng tuyển 지원하다, 응모하다	kinh nghiệm 경험
lĩnh vực 분야, 영역	nâng cao 향상시키다, 높이다
tuyển (tuyển dụng) 채용하다	tính hiệu quả 효율성
tốt nghiệp 졸업하다	giúp ích 도움을 주다, 도움이 되다

문법 익히기 Ngữ pháp

1 làm sao mà + 동사/형용사/절 : 어째서/어떻게 ~하다

Làm sao mà chị biết được công ty chúng tôi và ứng tuyển?
우리 회사를 어떻게 알고 지원했나요?

'어떻게 ~해요?, 어떠한 이유로 ~해요?'라는 의미를 가진 làm sao mà 표현은 '동사/형용사/절' 앞이나 문장의 제일 앞에 위치합니다. 이 표현은 화자가 놀랐을 때, 어떤 일의 이유나 원인에 대해 물어보는 상황에서 사용합니다. 또한 어떤 일을 할 수 없다는 강한 부정의 의미로도 사용됩니다.

- **Làm sao mà + 주어 + lại ~**

  'Làm sao mà ~' 외에 같은 의미로 사용할 수 있는 구조입니다. 여기의 'lại'는 화자가 예상하지 못했던 의외의 결과가 나타났을 때 쓰는 표현입니다. (5과 문법 참고)

  Làm sao mà trời lại lạnh thế này?
  어째서 날씨가 이렇게 춥나요?

  Làm sao mà công ty A lại ngày càng phát triển thế?
  어떻게 A 회사는 날이 갈수록 성장했나요?

- **강한 부정 → 할 수 없음**

  강한 부정의 표현으로는 「Làm sao mà ~ được」의 구조로 표현할 수 있습니다.

  Làm sao mà em có thể làm việc này một mình được?
  어떻게 제가 이 일을 혼자서 할 수 있나요?   → 저는 이 일을 혼자서 할 수 없어요.

  Làm sao mà việc đó xảy ra được.
  어떻게 그 일이 일어날 수 있겠어요.   → 그 일은 일어날 수 없어요.

2 trở thành + 명사 : ~(이)가 되다

Tôi đã luôn muốn được trở thành nhân viên của công ty.
항상 이 회사의 직원이 되고 싶었습니다.

trở thành과 trở nên은 '변화된다'라는 의미에서는 같지만 '변화되는 성격'이 다르므로 구분해서 사용해야 합니다.

● trở thành

명사 앞에 위치하며, 새로운 신분이나 지위 또는 어떠한 다른 것으로 변할 때 '~이/가 되다'라는 의미로 사용합니다.

Việt Nam đang trở thành quốc gia thu hút đầu tư nước ngoài.
베트남은 외국 투자를 유치하는 국가가 되고 있습니다.

Ước mơ của tôi là trở thành nhân viên ngoại giao.
내 꿈은 외교관이 되는 것입니다.

Từ ngày mai, cô ấy sẽ trở thành trưởng phòng kinh doanh.
내일부터, 그녀가 영업팀장이 될 것입니다.

● trở nên

형용사 앞에 위치하며, '상태, 성격, 상황, 모양' 등이 조금씩 변화함을 나타낼 때 '~아/어지다'라는 의미로 사용합니다.

Từ tháng 10, thời tiết sẽ trở nên lạnh hơn.
10월부터, 날씨가 더 추워질 것입니다.

Vì có nhiều công ty cạnh tranh nên tình hình trở nên khó khăn hơn.
경쟁사가 많기 때문에 상황이 더 어려워집니다.

Các chương trình tivi đang trở nên đa dạng hơn.
TV 프로그램들이 더 다양해지고 있습니다.

문법 익히기 Ngữ pháp

3 동사+thử xem, thử+동사+xem : ~해 보세요

Chị hãy nói thử xem tại sao công ty chúng tôi phải tuyển chị.
왜 우리가 당신을 채용해야 하는지 이야기해 보세요.

'thử'는 '(새로운 것을) 실험하다, 시도하다', 'xem'은 '보다'라는 뜻을 가진 동사입니다. 두 동사를 같이 사용해서 「동사+thử xem」 또는 「thử+동사+xem」 구조로 나타낼 경우 '~해 보세요'라는 의미를 나타냅니다. 상대방에게 가볍게 제의할 때 자주 쓰는 표현으로, 「동사+thử xem」에서 thử는 생략 가능합니다.

Anh thử nhớ lại xem đã gặp cô ấy ở đâu.
그녀를 어디서 만났는지 기억을 떠올려 보세요.

Chúng ta hãy cùng nhau thảo luận xem nào.
우리 함께 논의해 봅시다.

- **동사 + thử xem**

  Đây là món ăn rất nổi tiếng của Việt Nam, anh ăn thử xem.
  이것은 베트남의 정말 유명한 음식인데, 먹어 보세요.

  Anh gặp anh ấy thử xem. Biết đâu anh ấy có thể giúp anh.
  그 사람을 만나 보세요. 그 사람이 당신을 도와줄 수 있을지도 모르잖아요.

- **thử + 동사 + xem**

  Anh thử nhớ lại xem đã gặp cô ấy ở đâu.
  그녀를 어디서 만났는지 기억을 떠올려 보세요.

  Chị thử gọi điện thoại cho giám đốc xem.
  사장님에게 전화해 보세요.

- **thử 생략인 경우**

  Chúng ta hãy cùng nhau thảo luận xem nào. 우리 함께 논의해 봅시다.
  Chờ đến ngày mai xem. 내일까지 기다려 봅시다.

4 A nói riêng (và) B nói chung ~ : 작게는 A 크게는 B ~

Điều đó sẽ giúp ích cho bộ phận nói riêng và cho công ty nói chung.
작게는 부서 크게는 회사 전체에 도움이 될 수 있겠네요.

어떠한 범위를 '작게는 ~ 크게는 ~'이라고 표현할 때는 'nói riêng(개인적으로 말하다)'와 'nói chung(전반적으로 말하다)'을 활용해서, 작은 범위에서 큰 범위까지 표현할 수 있습니다.

Việt Nam nói riêng và Đông Nam Á nói chung đang phát triển nhanh chóng.
작게는 베트남 크게는 동남아시아는 빨리 발전하고 있어요.

Tôi nói riêng và gia đình tôi nói chung đang cố gắng góp phần vào sự phát triển của quốc gia.
작게는 나 크게는 우리 가족이 국가의 발전에 기여하도록 노력하고 있어요.

Hà Nội nói riêng, khu vực Bắc Bộ nói chung sẽ là đầu tàu kinh tế của Việt Nam.
작게는 하노이 크게는 북부 지역이 베트남의 경제 성장 동력이 될 것입니다.

비슷한 의미를 가진 「A, bao gồm B, ~ : B를 포함하는 A가 ~」 구조가 있습니다.

Đông Nam Á, bao gồm Việt Nam, đang phát triển nhanh chóng.
베트남을 포함하는 동남아시아가 빨리 발전하고 있어요.

Gia đình tôi, bao gồm tôi, đang cố gắng góp phần vào sự phát triển của quốc gia.
나를 포함하는 우리 가족이 국가의 발전에 기여하도록 노력하고 있어요.

Khu vực Bắc Bộ, bao gồm Hà Nội, sẽ là đầu tàu kinh tế của Việt Nam.
하노이를 포함하는 북부 지역이 베트남의 경제 성장 동력이 될 것입니다.

말하기 연습 Bài nói

〈보기〉에서 빈칸에 알맞은 내용을 찾아 문장을 완성해 보세요.

> **보기**
> ① nói riêng ~ nói chung   ② làm sao mà
> ③ thử xem   ④ trở thành

Park Mục tiêu của tôi năm nay là công ty chúng ta sẽ (1)_____ tập đoàn số 1 trong lĩnh vực bán lẻ. Các anh chị hãy nói ý kiến (2)_____.

Mai Tôi nghĩ để đạt được mục tiêu năm nay thì công ty chúng ta nên tăng số cửa hàng từ 100 lên 150 cửa hàng.

Park (3)_____ công ty chúng ta có thể làm được điều này trong một năm?

Mai Tôi đã tính toán rồi ạ. Chúng ta chỉ cần đầu tư thêm 15% chi phí nhưng sẽ tạo ra lợi nhuận 55%.
Tôi (4)_____ và các nhân viên khác trong công ty _____ sẽ cố gắng hết sức ạ.

Park Được. Tôi tin tưởng chị. Cố gắng nhé.

단어 bán lẻ 소매   tạo ra lợi nhuận 이윤 창출

★ 발음 체크 🎧 07-3

듣기 쓰기 연습 Bài nghe / Bài viết

1 대화를 듣고 내용이 맞으면 O, 틀리면 X 하세요. 🎧 07-4

(1) Anh Nam đã trở thành nhân viên chính thức.   (   )

(2) Mùa đông năm nay, Hà Nội nói riêng và toàn miền Bắc nói chung sẽ rất lạnh.   (   )

(3) Chị Lan ngày một trở nên xinh đẹp hơn.   (   )

2 주어진 단어들을 올바르게 배열하여 문장을 완성해 보세요.

(1) Hàn Quốc / lạnh / thời tiết / hơn / trở nên / dần
→ _____

(2) làm sao mà / sớm / thức dậy / anh / có thể / như vậy / ?
→ _____

(3) thử / anh / có đúng không / xem / hỏi lại
→ _____

(4) sức khoẻ / không tốt / Soju / đồ uống có cồn / nói chung / nói riêng / và / cho
→ _____

독해연습 Đọc hiểu

다음 베트남어를 해석해 보세요.

1 Tôi muốn trở thành nhà ngoại giao.

→ _____

2 Việt Nam nói riêng và khu vực Đông Nam Á nói chung đang phát triển với tốc độ rất nhanh.

→ _____

3 Chị mặc thử cái áo này xem.

→ _____

4 Món này thật sự không ngon. Làm sao mà tôi có thể ăn được chứ?

→ _____

5 Từ tháng 5, thời tiết sẽ trở nên nóng.

→ _____

베트남 알아보기

• 베트남의 경제 발전 전망 •

베트남 정부는 2021~2030년 내 연평균 GDP 성장률 7.0%를 목표하고 있습니다. 이에 따르면 2030년 베트남 1인당 평균 GDP는 약 7,500 USD에 이를 것으로 전망합니다.

노동 생산성의 평균 증가율은 연 6.5% 이상에 달하며, 총요소 생산성(TFP)의 성장 기여도는 50% 이상에 달합니다.

그 근거로, 베트남의 사회경제지역은 다양한 장점을 가지고 있으며 하노이와 호찌민은 양대 성장극으로, 남북 경제회랑과 라오까이-하노이 경제회랑과 관련된 남북 2개 추진지역의 개발에 주력하고 있습니다. 또한 하이퐁-꽝닌, 목바이-호찌민-비엔호아-붕따우는 현대적인 인프라를 갖추고 있어 높은 성장률을 보이며 국가 전체 발전에 크게 기여하고 있습니다.

정부는 지속 가능한 도시 개발을 위해 도시화율 50% 이상을 목표로, 지역 및 국제 표준과 동등한 3~5개 도시 지역을 지속 가능하게 발전시키기 위해 노력하고 있습니다. 새로운 농촌 건설 공동체의 비율이 90% 이상이며, 그 중 50%의 공동체가 고급 새로운 농촌 표준을 충족하고 있습니다.

또한 디지털 인프라 및 데이터 인프라를 강화함으로써 국가 디지털 전환 플랫폼을 만들고 디지털 정부, 디지털 경제 및 디지털 사회를 발전시키는 데 큰 역할을 하고 있습니다. 디지털 경제의 비중이 GDP의 약 30%에 달하는 것에서 미래에 대한 희망적인 전망을 엿볼 수 있습니다.

Bài 8

Mỗi khi sang đường, anh cần chú ý xe máy đấy ạ.

길을 건널 때마다, 오토바이를 조심하세요.

학습할 내용

1. 동사(+목적어)+xong
2. mỗi khi/mỗi lúc ~
3. suýt nữa (thì)/suýt chút nữa (thì) ~
4. kẻo ~

1 동사(+목적어)+xong : ~을 끝내다, 다 ~하다

Anh đã chuẩn bị xong hết chưa ạ?
준비는 다 하셨나요?

2 mỗi khi/mỗi lúc ~ : ~ 때마다

Mỗi khi sang đường, anh cần chú ý xe máy đấy ạ.
길을 건널 때마다, 오토바이를 조심하세요.

3 suýt nữa (thì)/suýt chút nữa (thì) ~ : (하마터면) ~할 뻔하다

Bạn anh cũng từng suýt nữa thì bị thương nặng vì va chạm với xe máy khi ở Việt Nam.
내 친구도 베트남에서 오토바이와 부딪쳐서 크게 다칠 뻔했어요.

4 kẻo ~ : ~하지 않도록

Anh cũng phải cẩn thận kẻo gặp tai nạn nhé.
당신도 사고 당하지 않도록 조심하세요.

회화 익히기 Hội thoại

녹음을 듣고 회화문을 따라 읽으며 발음을 익혀 보세요.

Lan Anh Lee, nghe nói là ngày mai anh đi công tác Việt Nam. Anh đã chuẩn bị xong hết chưa ạ?

Lee Cũng gần xong hết rồi. Nhưng mà đây là lần đầu anh đi công tác Việt Nam nên hơi lo lắng một chút. Có gì cần chú ý không?

Lan Giao thông Việt Nam phức tạp và có rất nhiều xe máy. Mỗi khi sang đường, anh cần chú ý xe máy đấy ạ.

Lee Anh cũng có nghe nói rồi. Bạn anh cũng từng suýt nữa thì bị thương nặng vì va chạm với xe máy khi ở Việt Nam.

Lan Đúng rồi. Anh cũng phải cẩn thận kẻo gặp tai nạn nhé.
Nếu có vấn đề gì hãy liên lạc với em bất cứ lúc nào nhé.

Lee Cảm ơn em. Nhờ có em mà anh đỡ lo lắng rồi.

Lan Không có gì ạ. Hi vọng chuyến công tác của anh thành công.

란	이 씨, 내일 베트남에 출장 가신다고 들었습니다. 준비는 다 하셨나요?
이 씨	거의 다했어요. 베트남은 이번이 첫 출장이라서 약간 걱정이 되네요. 주의해야 할 게 있을까요?
란	베트남은 교통이 복잡하고 오토바이도 굉장히 많아요. 길을 건널 때마다, 오토바이를 조심하세요.
이 씨	나도 그렇게 들었어요. 내 친구도 베트남에서 오토바이와 부딪쳐서 크게 다칠 뻔했어요.
란	맞아요. 당신도 사고당하지 않도록 조심하세요. 만약에 무슨 문제가 있으면 저에게 언제든지 연락하세요.
이 씨	고마워요. 당신 덕분에 걱정을 덜었어요.
란	별말씀을요. 성공적인 출장이 되시길 바랍니다.

회화 단어

🎧 08-2

lần đầu 처음	bị thương nặng 크게 다치다
chú ý 주의하다	va chạm với ~ ~와 충돌하다, 부딪치다
giao thông 교통	gặp tai nạn 사고를 당하다
phức tạp 복잡한	đỡ 덜다
sang đường 길을 건너다	hi vọng 희망하다

 Ngữ pháp

1 동사(+목적어)+xong : ~을 끝내다, 다 ~하다

Anh đã chuẩn bị xong hết chưa ạ?
준비는 다 하셨나요?

xong은 '끝내다'라는 뜻을 가진 동사로써, 어떠한 일을 완료했을 때 '(주어)가 어떤 행동을 완료했다'라는 의미로 「주어+동사(+목적어)+xong」 구조로 표현할 수 있습니다.

● 과거시제 평서문

동사 앞에 과거시제를 나타내는 đã를 넣고, xong 뒤에 rồi(벌써, 이미)를 쓰는 경우가 많습니다. 즉, 「주어+đã+동사+xong+rồi : (주어) ~ 완료했다」의 구조로 표현합니다.

[기본]
Sau khi làm xong việc này, tôi sẽ gửi email cho công ty đối tác.
이 일을 다 한 후, 협력사에 이메일을 보내겠습니다.

[과거시제 평서문]
Chúng tôi đã khảo sát ý kiến của nhân viên xong rồi.
우리는 직원 설문조사를 완료했습니다.

● 의문문

과거시제 평서문과 같은 구조에서 rồi 대신 의문사 chưa(~했습니까)를 넣어서 「주어+đã+동사+xong+chưa? : (주어) ~ 다 했어요?/끝냈어요?」의 구조로 표현합니다.

대답		
긍정(완료)	: Rồi/Vâng. Xong rồi/Đã xong.	: 네, 다 했어요.
부정(미완료)	: Chưa. Chưa xong.	: 아직이요. 아직 다 하지 않았어요.

A: **Anh đã làm báo cáo xong chưa?**
당신은 보고서를 다 (작성) 했나요?

B: **Rồi. Tôi làm xong 1 giờ trước rồi.**
네, 한 시간 전에 다 했어요.

> **Tip**
>
> ● xong *vs.* kết thúc
>
> ① xong
>
> '어떠한 일이 완전히 종료되었다'라는 의미로, 어떤 동작을 나타내는 동사 뒤에 위치하여 함께 쓰이기도 하고 단독으로 쓰이기도 합니다.
>
> Tôi đã chuẩn bị xong.
> 나는 준비를 다 했어요.
>
> ② kết thúc
>
> '어떠한 과정이나 활동이 완전히 끝나다'라는 의미로, 주어 뒤에 바로 위치하며 다른 동사와 함께 사용되지 않습니다.
>
> Hãy gọi lại cho tôi sau khi cuộc họp kết thúc.
> 회의가 끝난 후에 나에게 다시 전화 주세요.

2 mỗi khi/mỗi lúc ~ : ~ 때마다

Mỗi khi sang đường, anh cần chú ý xe máy đấy ạ.
길을 건널 때마다, 오토바이를 조심하세요.

'어떤 행동이나 상황이 반복되어 나타날 때마다 ~하다'라는 표현을 할 때 「mỗi khi/mỗi lúc+동사/절」 구조로 나타낼 수 있습니다. khi와 lúc은 '때, 시간', mỗi는 '각각의'라는 뜻을 가지고 있습니다.

Mỗi khi gặp nhau, anh ấy đều nói rất bận.
만날 때마다, 그는 바쁘다고 해요.

Mỗi lúc trời mưa to thì nông dân rất lo lắng.
폭우가 올 때마다 농민들이 많은 걱정을 합니다.

Mỗi lúc phát biểu, tôi luôn cảm thấy căng thẳng.
나는 발표할 때마다, 늘 긴장이 됩니다.

문법 익히기 Ngữ pháp

> **Tip**
>
> ● trước khi, sau khi, trong khi, ngay khi 복습하기
>
> ① trước khi + 동사/절 : ~하기 전에
>
>   Tôi phải gặp anh ấy **trước khi** anh ấy trở về Hàn Quốc.
>   그가 한국으로 돌아가기 전에 나는 그를 만나야 돼요.
>
> ② sau khi + 동사/절 : ~한 후에
>
>   Tôi sẽ đi du lịch nước ngoài **sau khi** tốt nghiệp đại học.
>   나는 대학을 졸업한 후에 해외여행을 갈 거예요.
>
> ③ trong khi + 동사/절 : ~하는 동안에
>
>   Nếu có ai tìm tôi **trong khi** tôi họp thì cô hãy nói người đó chờ tôi một chút nhé.
>   내가 회의하는 동안에 누가 나를 찾으면 잠시 기다려 달라고 말해 주세요.
>
> ④ ngay khi + 동사/절 : ~하자마자, ~하고 바로
>
>   Hãy gặp tôi **ngay khi** anh đến văn phòng.
>   사무실에 도착하자마자 저를 만나세요.

3 suýt nữa (thì)/suýt chút nữa (thì) ~ : (하마터면) ~할 뻔하다

Bạn anh cũng từng suýt nữa thì bị thương nặng vì va chạm với xe máy khi ở Việt Nam.
내 친구도 베트남에서 오토바이와 부딪쳐서 크게 다칠 뻔했어요.

suýt/suýt nữa는 '하마터면, 자칫하면'이라는 뜻으로, 주로 좋지 않은 상황에서 많이 쓰이는 표현입니다.

Tôi phải làm xong báo cáo trước 3 giờ chiều, suýt nữa thì quên mất.
보고서를 오후 3시 전에 끝내야 되는데, (하마터면) 깜빡할 뻔했네요.

Suýt nữa tôi không thể đi công tác nước ngoài vì hộ chiếu hết hạn.
여권이 만료되는 바람에 나는 (하마터면) 해외출장을 못 갈 뻔했어요.

Suýt chút nữa công ty chúng tôi không thể tham gia đấu thầu.
우리 회사는 (하마터면) 입찰에 참여하지 못할 뻔했어요.

4 kẻo ~ : ~하지 않도록

Anh cũng phải cẩn thận kẻo gặp tai nạn nhé.
당신도 사고 당하지 않도록 조심하세요.

'~하지 않도록 ~하다'라는 의미를 나타낼 때 「주어+서술어+kẻo+동사/형용사/절」구조로 표현할 수 있습니다. 보통 가벼운 충고나 제안을 할 때 쓰는 표현이므로 서술어 앞에 nên(~하는 게 좋다) 또는 phải(~해야만 한다)와 같은 동사와 함께 쓰이는 경우가 많습니다.

Em học chăm chỉ hơn đi, kẻo thi trượt.
시험에 떨어지지 않도록, 더 열심히 공부하세요.

Bây giờ anh phải đi ngay kẻo muộn.
늦지 않도록 지금 바로 가야 해요.

Chị nên mặc áo ấm kẻo lạnh.
춥지 않도록 따뜻한 옷을 입는 게 좋아요.

「kẻo+동사/형용사/절」 구조와 비슷한 의미로 「nếu không thì (sẽ)+동사/형용사/절 : 그렇지 않으면 ~하다」 구조가 있습니다.

Em học chăm chỉ hơn đi, nếu không thì sẽ thi trượt đấy.
더 열심히 공부해요, 그렇지 않으면 시험에 떨어질 거예요.

Bây giờ anh phải đi ngay, nếu không thì sẽ muộn.
지금 바로 가야 해요, 그렇지 않으면 늦을 거예요.

Chị nên mặc áo ấm, nếu không thì sẽ lạnh đấy.
따뜻한 옷을 입는 게 좋아요, 그렇지 않으면 추울 거예요.

말하기 연습 Bài nói

〈보기〉에서 빈칸에 알맞은 내용을 찾아 문장을 완성해 보세요.

> **보기**
> ① trước khi   ② suýt nữa thì
> ③ kẻo   ④ xong

Mina Anh đã mua vé xem phim chưa? Phim này rất được yêu thích nên nếu không mua trước thì không có chỗ đâu.

Nam   Anh đã mua (1)_____ từ cách đây một tuần rồi. May quá, (2)_____ không xem được một bộ phim hay.

Mina Thật may quá. Lịch chiếu phim thế nào đấy anh?

Nam   9 giờ tối nay. Em chuẩn bị đi (3)_____ muộn.

Mina Vâng ạ. Mình có mặt (4)_____ phim bắt đầu 10 phút là được anh nhỉ?

Nam   Đúng rồi. 8 giờ 30 anh sẽ qua đón em.

★ 발음 체크 🎧 08-3

듣기 쓰기 연습 Bài nghe / Bài viết

1 대화를 듣고 내용이 맞으면 O, 틀리면 X 하세요. 🎧 08-4

(1) Nam vẫn chưa chuẩn bị xong. ( )

(2) Năm ngoái vì muộn giờ máy bay mà Mina và Nam đã không thể đi du lịch. ( )

(3) Mina đã gọi xong taxi. ( )

2 주어진 단어들을 올바르게 배열하여 문장을 완성해 보세요.

(1) tập thể dục / thường / sau khi / tôi / tan làm

→ _____

(2) vì / chăm chỉ / suýt nữa thì / học / không / nên / tôi / trượt / thi

→ _____

(3) quyết định / đã / anh / chưa / xong / ?

→ _____

(4) con / ngủ sớm / kẻo / đi / ngày mai / dậy / muộn

→ _____

독해연습 Đọc hiểu

다음 베트남어를 해석해 보세요.

1 Bạn đã làm xong báo cáo chưa?

→ _____

2 Mỗi khi buồn, tôi ăn rất nhiều.

→ _____

3 Vì đường trơn nên suýt nữa thì tôi ngã.

→ _____

4 Đi nhanh lên kẻo lỡ xe buýt.

→ _____

5 Anh mặc ấm vào kẻo bị cảm.

→ _____

베트남 알아보기

• 베트남의 교통수단 •

● 오토바이

오토바이는 베트남 사람들이 가장 보편적으로 사용하는 교통수단으로, 도로 위의 70%를 차지할 만큼 높은 비중을 차지하고 있습니다. 베트남 4,300만 가정을 대상으로 한 조사에 따르면, 평균적으로 한 가정에 2~4대 정도의 오토바이를 가지고 있는 것으로 나타났습니다. 그만큼 오토바이는 베트남 현지인들에게 없어서는 안 될 중요한 교통수단이라고 할 수 있습니다.

● 쎄옴

쎄옴(xe ôm)은 베트남에서 흔히 볼 수 있는 오토바이 택시입니다. 거리가 좁고 골목이 많아서 복잡한 베트남 교통 상황에 가장 적합한 이동 수단이라고 할 수 있습니다. 길에서 직접 가격을 흥정하고 이용할 수 있으며, 우리나라의 카카오 택시처럼 '그랩(Grab), 고 비트(Go Viet), 비(Be)' 등의 앱을 이용해서 편리하게 이용할 수도 있습니다. 가격은 보통 1km에 10.000~20.000동이 적당합니다.

● 버스

지하철이 없는 베트남에서 버스는 학생들이 가장 즐겨 이용하는 교통수단으로 최근에는 에어컨과 무료 인터넷 Wi-Fi도 설치되고 있습니다. 버스 이용 환경이 개선되면서 이용 수요가 계속 늘어나고 있습니다. 하지만 노선이 복잡하고 배차 간격이 길기 때문에 여행객에게는 버스보다는 택시 이용을 추천합니다.

Bài 9

Lý do gì anh đầu tư vào Việt Nam?

당신이 베트남에 투자하는 이유는 무엇인가요?

학습할 내용

1 ngày một+형용사/동사+부사

2 lý do gì+주어+서술어?

3 không+동사/형용사+mới (là) lạ

4 phải chăng (là) ~?

1 **ngày một + 형용사/동사 + 부사** : (날이) 갈수록 ~해지다/하다

Có nhiều công ty cạnh tranh nên ngày một khó khăn hơn.

경쟁사가 많아져서 날이 갈수록 어려워지고 있습니다.

2 **lý do gì + 주어 + 서술어?** : (주어)가 ~하는/한 이유는 무엇인가요?

Lý do gì anh đầu tư vào Việt Nam?

당신이 베트남에 투자하는 이유는 무엇인가요?

3 **không + 동사/형용사 + mới (là) lạ** : ~하지 않는 것이 이상하다

Chúng tôi không hiểu rõ về thị trường Việt Nam mà đã đầu tư nên không khó mới là lạ.

우리가 베트남 시장에 대해 잘 이해하지 못한 상태에서 투자했기 때문에 어렵지 않은 것이 이상하죠.

4 **phải chăng (là) ~?** : ~한 것이 아닐까요?

Phải chăng là do vấn đề tiếp thị?

혹시 마케팅에 문제가 있는 게 아닐까요?

회화 익히기 Hội thoại

🎧 09-1

녹음을 듣고 회화문을 따라 읽으며 발음을 익혀 보세요.

Giám đốc Hoa	Dạo này việc kinh doanh của anh vẫn ổn chứ?
Giám đốc Kim	Cảm ơn chị đã hỏi thăm. Lúc đầu tôi cứ nghĩ thị trường Việt Nam dễ dàng nhưng có nhiều công ty cạnh tranh nên **ngày một** khó khăn hơn.
Giám đốc Hoa	Ra là thế. **Lý do gì** anh đầu tư vào Việt Nam?
Giám đốc Kim	Vì cá nhân tôi rất thích văn hoá Việt Nam và người Việt Nam cũng yêu thích sản phẩm Hàn Quốc. Nhưng kết quả không tốt như tôi kì vọng. Chúng tôi không hiểu rõ về thị trường Việt Nam mà đã đầu tư nên **không** khó **mới là** lạ.
Giám đốc Hoa	**Phải chăng là** do vấn đề tiếp thị? Theo tôi nghĩ thì anh nên để nhân viên người Việt Nam làm tiếp thị thì tốt hơn.
Giám đốc Kim	Đúng rồi. Nếu giao việc tiếp thị cho nhân viên Việt Nam thì có lẽ công việc sẽ được tiến hành một cách hiệu quả hơn.

화 사장　요즘 사업은 잘되고 계시죠?

김 사장　신경 써 주셔서 감사합니다. 처음에는 베트남 시장이 쉬울 줄 알았는데 경쟁사가 많아져서 날이 갈수록 어려워지고 있습니다.

화 사장　그렇군요. 당신이 베트남에 투자하는 이유는 무엇인가요?

김 사장　개인적으로 제가 베트남 문화를 좋아하고 베트남 사람들 역시 한국 제품을 좋아하기 때문입니다. 하지만 결과는 제가 기대했던 것만큼 좋지 않았어요.
우리가 베트남 시장에 대해 잘 이해하지 못한 상태에서 투자했기 때문에 어렵지 않은 것이 이상하죠.

화 사장　혹시 마케팅에 문제가 있는 게 아닐까요? 제 생각에는 베트남인 직원이 마케팅을 하도록 하는 게 더 좋을 것 같아요.

김 사장　맞아요. 베트남 직원에게 마케팅을 맡기면 일이 더 효과적으로 진행될 것 같네요.

회화 단어

🎧 **09-2**

▫ việc kinh doanh　사업	▫ kết quả　결과
▫ ổn　안정되다, 괜찮다, 잘 되다	▫ kì vọng　기대하다, 희망하다
▫ hỏi thăm　안부를 묻다	▫ tiếp thị　마케팅
▫ cạnh tranh　경쟁하다	▫ giao việc　일을 맡기다
▫ đầu tư　투자하다	▫ tiến hành　진행하다
▫ cá nhân　개인	▫ hiệu quả　효과, 효과적인

문법 익히기 Ngữ pháp

1 **ngày một** + 형용사/동사 + 부사 : (날이) 갈수록 ~해지다/하다

Có nhiều công ty cạnh tranh nên ngày một khó khăn hơn.
경쟁사가 많아져서 날이 갈수록 어려워지고 있습니다.

ngày một은 '나날이'라는 뜻입니다. 어떤 현상, 일의 정도나 수량이 시간이 지날수록 점점 증가함을 나타낼 때 사용하며, ngày một과 같은 의미로는 ngày càng이 있습니다.

Trái đất đang ngày một nóng lên. 지구가 날이 갈수록 뜨거워지고 있어요.

Dân số tăng nhanh làm cho đường phố Hà Nội ngày một chật chội hơn.
급속한 인구 증가는 하노이의 거리를 날이 갈수록 더 혼잡하게 해요.

Lĩnh vực nghiên cứu chất bán dẫn đang ngày càng phát triển hơn.
반도체 연구 분야는 날이 갈수록 더 발전하고 있어요.

2 **lý do gì** + 주어 + 서술어? : (주어)가 ~하는/한 이유는 무엇인가요?

Lý do gì anh đầu tư vào Việt Nam?
당신이 베트남에 투자하는 이유는 무엇인가요?

상대방에게 어떤 일의 이유를 물어볼 때, lý do(이유)와 gì(무엇)를 활용해서 표현할 수 있습니다. 「lý do+(mà)+주어+서술어+là gì?」도 같은 의미를 나타냅니다. 이때, 관계대명사 mà는 생략 가능합니다.

Lý do gì cô ấy không tham dự triển lãm hôm nay?
그녀가 오늘 전시회에 참석하지 않은 이유는 무엇인가요?

Lý do gì công ty anh rút khỏi thị trường châu Âu?
당신의 회사가 유럽 시장에서 철수한 이유는 무엇인가요?

Lý do (mà) em muốn làm việc ở công ty này là gì?
당신이 이 회사에 근무하고 싶은 이유는 무엇인가요?

3 không + 동사/형용사 + mới (là) lạ : ~하지 않는 것이 이상하다

Chúng tôi không hiểu rõ về thị trường Việt Nam mà đã đầu tư nên không khó mới là lạ.
우리가 베트남 시장에 대해 잘 이해하지 못한 상태에서 투자했기 때문에 어렵지 않은 것이 이상하죠.

어떤 일이 진행됨에 있어서 당연함을 표현할 때, '~하지 않으면/하지 않는 것은 이상하다, ~하는 게 당연하다'라는 의미로 이해할 수 있습니다. 「không+동사/형용사+mới (là) lạ」은 부정문이며, 긍정문으로 「동사/형용사+mới là lạ : ~하는 것은 이상하다」를 쓸 수 있습니다.

Anh nói như thế, cô ấy không nổi giận mới là lạ.
당신이 그렇게 말했는데, 그녀가 화내지 않는 것은 이상하죠.

Em làm kế hoạch sơ sài thế này thì cấp trên duyệt mới là lạ.
당신이 이렇게 허술한 계획을 세웠는데 상사가 승인해 주는 것이 이상하죠. (승인해 줄 리가 없죠.)

Anh ấy lười như thế thì giàu mới lạ.
그가 그렇게 게으른데 부유하면 이상하죠. (부유할 수가 없죠.)

4 phải chăng (là) ~? : ~한 것이 아닐까?

Phải chăng là do vấn đề tiếp thị?
혹시 마케팅에 문제가 있는 게 아닐까요?

확실하지 않은 어떠한 현상/일에 대한 의견이나 추측에 대해 화자가 상대방에게 질문의 형태로 되묻는 표현입니다. 이때 là는 생략 가능합니다.

주의 상대방을 살짝 무시하거나, 빈정거리는 뉘앙스를 가지는 표현이 될 수도 있으니 쓰임에 주의하세요.

Phải chăng anh ấy đã rời Việt Nam?   그 사람은 베트남을 떠난 것이 아닐까요?
Phải chăng mua sắm online làm cho siêu thị bị ảnh hưởng?
온라인 쇼핑이 대형마트에 영향을 끼치는 것이 아닐까요?

말하기 연습 Bài nói

〈보기〉에서 빈칸에 알맞은 내용을 찾아 문장을 완성해 보세요.

> **보기**
>
> ① ngày một   ② lý do gì
>
> ③ phải chăng   ④ không ~ mới là lạ

Nam   Hôm qua tôi đã cùng Tùng đi hát karaoke. Cậu ấy hát ⁽¹⁾_____ hay!

Mai   Tôi thấy ngày nào cậu ấy cũng tới phòng karaoke để luyện hát một mình. Cậu ấy chăm chỉ thế thì ⁽²⁾_____ hát hay _____.

Nam   ⁽³⁾_____ mà cậu ấy lại muốn trở thành ca sĩ nhỉ?

Mai   ⁽⁴⁾_____ cậu ấy muốn trở thành người nổi tiếng?

Nam   Cũng có thể.

듣기쓰기 연습 Bài nghe / Bài viết

1 대화를 듣고 내용이 맞으면 O, 틀리면 X 하세요. 🎧 09-4

(1) Lý do Mina gầy là vì Mina hay bỏ bữa.   (   )

(2) Theo Nam, Mina không béo.   (   )

(3) Theo Nam, Mina cần ăn nhiều hơn và bổ sung thêm vitamin.
                                                          (   )

2 주어진 단어들을 올바르게 배열하여 문장을 완성해 보세요.

(1) ngày một / đang / diễn viên / nổi tiếng / đó
   → _____

(2) anh / phải / gì / chuyển / nhà / lý do / ?
   → _____

(3) gầy đi / thế này, / em / mới là lạ / ăn ít / không
   → _____

(4) li hôn / là / đã / phải chăng / chị ấy / ?
   → _____

단어 bổ sung 보충하다

독해 연습 *Đọc hiểu*

다음 베트남어를 해석해 보세요.

1 Nhờ chăm chỉ luyện tập nên anh ấy ngày càng nhảy giỏi.

→ _____

2 Lý do anh ấy nghỉ việc là gì?

→ _____

3 Phải chăng cô ấy là ca sĩ nên mới hát hay như thế?

→ _____

4 Cậu ấy ăn mì vào ban đêm nên mặt không sưng mới là lạ.

→ _____

5 Lý do mà anh muốn sống ở Việt Nam là gì?

→ _____

단어 nhảy 춤을 추다   nghỉ việc 일을 그만두다   sưng 붓다

베트남 알아보기

• 베트남에 살고 있는 한국인 •

한국 외교부의 조사에 따르면, 2023년 베트남에 거주하는 한국 교민 수는 178,122명으로, 그중 80%가 수도인 하노이와 대도시인 호찌민에 거주하고 있는 것으로 알려졌습니다. 나머지 교민들은 남부 지역에 있는 '빈즈엉(Bình Dương), 동나이(Đồng Nai), 붕따우(Vũng Tàu)'와 북부 홍강 삼각주 지역에 있는 '박닌(Bắc Ninh)'과 같은 위성 도시에서 거주하고 있습니다. 외국인 부동산(토지, 주택, 아파트 등) 소유가 금지되었을 때는 주로 월세(매월 700~800달러) 형태로 거주했으나, 2014년 주택법이 새롭게 개정되면서 외국인도 주택 소유가 가능해졌습니다. 단, 토지 소유는 불가능합니다.

● 호찌민

호찌민에서 한국인들이 많이 사는 동네라고 하면, 7군에 위치해 있는 '푸미흥(Phú Mỹ Hưng)'이나 '떤선녓 국제공항(Sân bay Quốc tế Tân Sơn Nhất)' 주변 동네를 먼저 떠올렸지만 최근에는 2군에 있는 빈그룹의 '빈홈(Vinhomes)' 단지가 많은 관심을 받고 있습니다.

Phú Mỹ Hưng

Vinhomes

● 하노이

하노이에서 교민들이 많이 살고 있는 지역은 '쭝화년찐(Trung Hòa-Nhân Chính), 쩐주이흥(Trần Duy Hưng), 황다오투이(Hoàng Đạo Thúy), 미딩(Mỹ Đình)' 등이 있으며, '한인 타운'이라고도 합니다.

Trung Hòa-Nhân Chính

Mỹ Đình-Sông Đà

Hoàng Đạo Thúy

Bài 10

Theo anh thì em nên học tiếng Việt.

내 생각에는 베트남어를 배우는 것이 좋을 것 같아요.

학습할 내용

1. giữa A và B
2. theo+대명사/명사
3. sở dĩ A là vì B
4. bất cứ+의문사

1 **giữa A và B** : A와 B 사이에서, A와 B 중에서

Theo anh thì giữa tiếng Trung và tiếng Việt, em nên học tiếng gì?

중국어와 베트남어 중에서, 무슨 언어를 배우는 게 좋다고 생각하세요?

2 **theo+대명사/명사** : ~에 따르면, ~ 생각에는

Theo anh thì em nên học tiếng Việt.

내 생각에는 베트남어를 배우는 것이 좋을 것 같아요.

3 **sở dĩ A là vì B** : B(이)기 때문에 A하다, A하는 이유는 B이기 때문이다

Sở dĩ nhiều người quan tâm đến tiếng Việt là vì Việt Nam là quốc gia có nhiều tiềm năng và cơ hội phát triển.

베트남어에 관심을 가지는 이유는 베트남이 많은 잠재력과 발전할 기회를 가진 국가이기 때문이에요.

4 **bất cứ+의문사** : ~(누구/어디/언제 등)든지

Bất cứ lúc nào em cần giúp đỡ hãy nói với anh nhé.

언제든지 도움이 필요하면 말해요.

회화 익히기 Hội thoại

녹음을 듣고 회화문을 따라 읽으며 발음을 익혀 보세요.

10-1

Han-na   Em muốn học ngoại ngữ. Theo anh thì giữa tiếng Trung và tiếng Việt, em nên học tiếng gì?

Nam   Theo anh thì em nên học tiếng Việt. Vì số người học tiếng Việt ngày càng nhiều lên.

Han-na   Sao lại thế ạ?

Nam   Sở dĩ nhiều người quan tâm đến tiếng Việt là vì Việt Nam là quốc gia có nhiều tiềm năng và cơ hội phát triển. Hiện tại kinh tế Việt Nam đang tăng trưởng với tốc độ nhanh.

Han-na   Thế ạ? Em phải bắt đầu học tiếng Việt ngay thôi nhỉ.

Nam   Được đấy. Bất cứ lúc nào em cần giúp đỡ hãy nói với anh nhé.

한나　저는 외국어를 배우고 싶어요. 중국어와 베트남어 중에서 무슨 언어를 배우는 게 좋다고 생각하세요?

남　내 생각에는 베트남어를 배우는 것이 좋을 것 같아요. 왜냐하면 베트남어를 공부하는 사람이 날이 갈수록 점점 많아지고 있거든요.

한나　왜 그럴까요?

남　베트남어에 관심을 가지는 이유는 베트남이 많은 잠재력과 발전할 기회를 가진 국가이기 때문이에요. 지금 베트남 경제는 빠른 속도로 성장하고 있거든요.

한나　그래요? 당장 베트남어를 시작해야겠어요.

남　좋아요. 언제든지 도움이 필요하면 말해요.

회화 단어

🎧 10-2

▫ ngoại ngữ　외국어	▫ kinh tế　경제
▫ quan tâm đến ~　~에 관심이 있다	▫ tăng trưởng　성장하다
▫ quốc gia　국가	▫ tốc độ　속도
▫ tiềm năng　잠재력	▫ bắt đầu　시작하다
▫ cơ hội　기회	▫ ngay　바로, 즉시, 당장
▫ phát triển　발전하다	▫ giúp đỡ　돕다

문법 익히기 Ngữ pháp

1 giữa A và B : A와 B 사이에서, A와 B 중에서

Theo anh thì giữa tiếng Trung và tiếng Việt, em nên học tiếng gì?
중국어와 베트남어 중에서, 무슨 언어를 배우는 게 좋다고 생각하세요?

giữa는 '가운데, 사이, 중간'이라는 뜻으로, A와 B 사이의 관계를 언급하거나 언급할 범위를 정할 때 쓰입니다.

Giữa môi trường và lợi ích kinh tế, chúng tôi đã chọn môi trường.
환경과 경제 이익 중에서, 우리는 환경을 선택했습니다.

Tình hữu nghị giữa Việt Nam và Hàn Quốc rất tốt.
베트남과 한국의 우정이 매우 좋습니다.

Việc giải quyết mâu thuẫn giữa tôi và cô ấy không dễ.
나와 그녀 사이에서의 갈등을 해결하는 게 쉽지 않아요.

2 theo + 대명사/명사 : ~에 따르면, ~ 생각에는

Theo anh thì em nên học tiếng Việt.
내 생각에는 베트남어를 배우는 것이 좋을 것 같아요.

theo는 '따르다, 뒤따르다'라는 뜻으로, 어떤 생각이나 입장을 나타낼 때 쓰입니다. 뒤에는 주로 명사 또는 대명사가 위치하며, 강조의 의미로 thì(은/는)를 함께 쓰기도 합니다.

Theo báo cáo này thì sản lượng đã tăng 30% so với cùng kỳ năm trước.
본 보고서에 따르면 생산량은 작년 동기 대비 30% 증가했습니다.

Theo tin tức hôm nay, thuế doanh nghiệp sẽ được giảm 10%.
오늘 뉴스에 따르면, 법인세가 10% 인하될 예정이에요.

Theo anh ấy thì chúng ta nên xem lại kế hoạch của năm sau.
그는 우리가 내년의 계획서를 재검토하는 게 좋다고 생각해요.

- **동사 + theo**

  ① 주어+동사+theo : '행동의 방향'을 나타냅니다.

  Những chiếc lá rơi trôi theo dòng nước.
  낙엽이 물을 따라 흘러가요.

  ② 동사+theo : 타인의 영향을 받아 어떠한 행동을 따라 한다는 의미를 나타냅니다.

  Sao anh cứ đi theo tôi vậy?
  왜 자꾸 나를 따라와요?

- **tùy theo + 명사**

  명사에 어떠한 일이 달려 있음을 나타내며, 각각 가지고 있는 특별한 방식이나 성격, '상태에 따라 ~한다'라는 의미도 가지고 있습니다.

  Trợ cấp cho gia đình đa văn hóa khác nhau tùy theo khu vực.
  지역에 따라 다문화 가정의 지원금이 다릅니다.

3 sở dĩ A là vì B : B(이)기 때문에 A하다, A하는 이유는 B이기 때문이다

Sở dĩ nhiều người quan tâm đến tiếng Việt là vì Việt Nam là quốc gia có nhiều tiềm năng và cơ hội phát triển.
베트남어에 관심을 가지는 이유는 베트남이 많은 잠재력과 발전할 기회를 가진 국가이기 때문이에요.

원인-결과의 관계를 갖는 두 요소를 연결하는 구조로, A는 '결과', B는 '원인'을 나타냅니다. 이때 sở dĩ는 생략 가능합니다. 같은 의미로는 「Vì B(원인) nên A(결과)」, 「Bởi B(원인) nên A(결과)」 구조가 있습니다.

Sở dĩ cuộc họp bị hoãn là vì giám đốc có việc đột xuất.
(= **Vì giám đốc có việc đột xuất nên cuộc họp bị hoãn.**
= **Cuộc họp bị hoãn là vì giám đốc có việc đột xuất.**)
사장님께 갑작스러운 일이 생겼기 때문에 회의가 미뤄졌습니다.

문법 익히기 Ngữ pháp

Sở dĩ tôi muốn gặp anh là vì muốn thảo luận về kế hoạch nhân sự.
(= Bởi muốn thảo luận về kế hoạch nhận sự nên tôi muốn gặp anh.
 = Tôi muốn gặp anh là vì muốn thảo luận về kế hoạch nhân sự.)
당신을 뵙고 싶은 이유는 인사 계획에 대해 논의하고 싶기 때문입니다.

Sở dĩ tôi đến muộn là vì xe bị hỏng.
(= Vì xe bị hỏng nên tôi đến muộn.
 = Tôi đến muộn là vì xe bị hỏng.)
차가 고장 났기 때문에 늦었습니다.

> **Tip**
>
> * 원인-이유
>
>   ① Vì/Bởi vì/Do A nên B : A(이)기 때문에 B
>   Vì/Bởi vì/Do는 종종 생략됩니다.
>
>   > Vì ngày mai là chủ nhật nên tôi sẽ ngủ nướng.
>   > 내일은 일요일이기 때문에 늦잠을 잘 거예요.
>   > Anh ấy đã giải quyết việc đó ổn rồi nên anh không cần bận tâm.
>   > 그 사람이 그 일을 잘 해결했기 때문에 당신은 신경을 안 써도 돼요.
>
>   ② Tại vì/tại A nên B : A하는 바람에 B
>
>   > Tại vì máy bay bị hoãn nên tôi đã đến muộn.
>   > 비행기가 지연되는 바람에 제가 늦게 도착했습니다.
>   > Tại xe hỏng nên chúng tôi vẫn chưa thể khởi hành được.
>   > 차가 고장이 나는 바람에 우리는 아직 출발하지 못했어요.
>
> * '결과'를 나타내고 절 앞에 사용되는 접속사
>
>   - chính vì vậy, vì vậy, vì thế, bởi vậy : 그러니까
>   - bởi lẽ ấy, do thế, thế nên : 그렇기 때문에

4 bất cứ + 의문사 : ~(누구/어디/언제 등)든지

Bất cứ lúc nào em cần giúp đỡ hãy nói với anh nhé.
언제든지 도움이 필요하면 말해요.

bất cứ는 어떠한 경우에도 배제되지 않고 모두 해당된다는 의미를 가지고 있으며, 뒤에 '장소/시간/사물/사람'을 가리키는 '의문사'가 위치합니다. bất cứ와 같이 쓸 수 있는 의문사는 다음과 같습니다.

- '장소' 의문사 : đâu, chỗ nào, nơi nào
- '시간' 의문사 : lúc nào, khi nào, giờ nào
- '사물' 의문사 : cái gì, thứ gì
- '사람' 의문사 : ai, người nào

Hôm nay tôi không muốn gặp bất cứ ai.
오늘 나는 누구도 만나고 싶지 않아요.

Nếu có thắc mắc, anh hãy liên lạc tôi bất cứ khi nào nhé.
당신은 궁금한 점이 있으면, 언제든지 연락하세요.

Em muốn đi cùng anh đến bất cứ đâu.
나는 당신과 함께라면 어디든지 가고 싶어요.

말하기 연습 Bài nói

〈보기〉에서 빈칸에 알맞은 내용을 찾아 문장을 완성해 보세요.

> **보기**
> ① bất cứ   ② sở dĩ ~ là vì
> ③ theo   ④ tuỳ theo

Người môi giới   Giữa phòng này và phòng ban nãy, anh định chọn phòng nào?

Park   (1) _____ chị thì sao? Tôi cũng không biết nữa. Khó chọn quá.

Người môi giới   (2) _____ nhu cầu của anh. Anh thuê phòng để ở lâu dài hay ngắn hạn?

Park   Tôi dự định sống ở Việt Nam trong vòng 1 năm.

Người môi giới   Vậy theo tôi anh nên thuê nhà này. Giá thì hơi đắt hơn nhà ban nãy một chút. (3) _____ nhà này đắt _____ nó ở khu vực nhiều người Hàn sinh sống, rất an toàn và tiện lợi.

Park   Vậy ạ? Cảm ơn chị nhiều. Tôi sẽ suy nghĩ và liên lạc với chị.

Người môi giới   Vâng. Anh cứ liên lạc với tôi (4) _____ lúc nào nhé.

듣기쓰기 연습 Bài nghe / Bài viết

1 대화를 듣고 내용이 맞으면 O, 틀리면 X 하세요. 🎧 10-4

(1) Anh Nam khuyên Mai nên học tiếng Trung.　　　(　　)

(2) Sở dĩ Nam đến sớm là vì hôm nay anh ấy có cuộc hẹn quan trọng.　　　(　　)

(3) Tất cả mọi người đều có thể tham dự sự kiện này.　　　(　　)

2 주어진 단어들을 올바르게 배열하여 문장을 완성해 보세요.

(1) tôi / xung đột / giữa / bố mẹ / nhiều / và / có / rất

→ _____

(2) thời tiết / trời / dự báo / mưa / hôm nay / theo / sẽ / thì

→ _____

(3) là vì / thi đỗ / học / tôi / sở dĩ / chăm chỉ

→ _____

(4) món ăn / bất cứ / thích / gì / tôi

→ _____

독해 연습 Đọc hiểu

다음 베트남어를 해석해 보세요.

1 Giữa mùa đông và mùa hè, bạn thích mùa nào hơn?

→ _____

2 Theo thông báo của công ty, ngày mai toàn bộ nhân viên công ty sẽ được nghỉ.

→ _____

3 Sở dĩ tôi xin việc vào công ty này là vì lương cao hơn các công ty khác.

→ _____

4 Bất cứ ai uống rượu khi lái xe cũng đều bị phạt.

→ _____

5 Giá cả sẽ thay đổi tuỳ theo số lượng.

→ _____

베트남 알아보기

· 베트남의 교육 제도 ·

베트남의 기본 교육 제도는 총 12년이며, 3급으로 나눠집니다. 1급(초등학교 5년), 2급(중학교 4년), 3급(고등학교 3년)으로 구성되어 있으며, 9월에 입학하므로 한 해에 졸업과 입학이 같이 이루어집니다.

● 초등학교 (1급)

교육 대상 : 6~11세 (1~5학년)

정부 정책에 의하면 모든 베트남 사람은 초등 교육을 받을 권리와 의무가 있습니다. 과거에는 초등 교육을 졸업하기 위한 졸업 시험이 별도로 있었지만, 현재는 폐지되었습니다.

과목 : 수학, 문학, 자연과 사회(1~3학년) / 과학, 역사, 지리(4~5학년)
       영어, 음악, 미술, 도덕, 체육, 컴퓨터(선택)
       (1학년부터 영어 교육을 시작하는 학교들도 있음)

● 중학교 (2급)

교육 대상 : 11~15세 (6~9학년)

필수 과목 이외에도 과외 교육, 직업 교육을 완료해야 졸업할 수 있습니다. 단, 직업 교육은 9학년들만 받을 수 있습니다. 2006년부터 중학교 졸업 시험이 폐지되면서, 4년 동안 축적된 성적을 기반으로 중학교 졸업 가능 여부를 판단합니다.

필수 과목 : 수학, 물리학, 화학(8~9학년), 생물학, 공예, 문학, 역사, 진리, 인민 교육,
           외국어, 체육, 음악, 미술, 컴퓨터 공학

● 고등학교 (3급)

교육 대상 : 15~18세 (10~12학년)

국립고등학교에 입학하려면 따로 고등학교 입학시험을 봐야 되는 제도도 있습니다. 이때 과목은 중학교와 비슷하며 고등학교의 경우에는 졸업 시험에 합격해야만 졸업을 할 수 있습니다.

Bài 6~10

복습하기
Ôn tập

1 다음을 읽고, 관련된 내용끼리 연결해 보세요.

> 넘어지지 않도록 조심히 가세요.
> 내가 지각한 이유는 내 차가 고장났기 때문입니다.
> 물가가 날이 갈수록 오릅니다.
> 이 옷이 예쁘니, 입어 보세요.

(1) Anh đi cẩn thận　　　　　・　　　　　ⓐ xe tôi bị hỏng.

(2) Sở dĩ tôi đến muộn là vì ・　　　　　ⓑ kẻo ngã.

(3) Giá cả ngày một　　　　　・　　　　　ⓒ chị mặc thử xem.

(4) Cái áo này đẹp đấy,　　　・　　　　　ⓓ tăng lên.

2 빈칸에 들어갈 알맞은 표현을 선택 하세요.

(1) A: Anh đã chuẩn bị xong bài phát biểu chưa?

　　B: _____ .

　　ⓐ Suýt nữa thì tôi chuẩn bị xong.

　　ⓑ Tôi sắp chuẩn bị xong rồi.

　　ⓒ Tôi tự chuẩn bị bài phát biểu.

(2) Ở đây _____ ai nấu ăn ngon _____ cô ấy.

　　ⓐ không có ~ bằng　　ⓑ nói riêng ~ nói chung

　　ⓒ giữa ~ và ~

3 다음 글을 읽고 질문에 답하세요.

(1) Mai suýt nữa thì đã trở thành ca sĩ. Mai hát rất hay. Trước đây ước mơ của Mai là trở thành ca sĩ. Nhưng cuối cùng thì Mai lại trở thành cô giáo dạy hát. Giữa ca sĩ và giáo viên thì Mai thấy mình hợp với nghề giáo viên hơn.

Hiện tại Mai đang làm nghề gì?

→ _____

(2) Tôi là người Mỹ và đã sống ở Việt Nam được 3 năm. Đối với tôi thì đồ ăn Việt Nam nói chung và hoa quả Việt Nam nói riêng không quá đắt, lại còn ngon nữa. Không có hoa quả ở đâu rẻ và ngon bằng hoa quả của Việt Nam.

Cô ấy cảm thấy thế nào về hoa quả Việt Nam?

→ _____

4 주어진 단어들을 올바르게 배열하여 문장을 완성해 보세요.

(1) chăm học / là vì / cô ấy / học giỏi / sở dĩ / cô ấy

→ _____

(2) tiến bộ / ngày một / nói / anh Lee / tiếng Việt

→ _____

5 단어의 뜻이 바르게 연결된 것을 고르세요.

(1) Điều tra   —   담당하다
(2) Nâng cao   —   향상시키다
(3) Cạnh tranh —   협력하다
(4) Kinh tế   —   경영하다

6 다음을 읽고, 맞는 해석을 선택해 보세요.

(1) Anh ấy ăn nhiều thế thì không tăng cân mới là lạ.

ⓐ 그는 많이 먹으니 살이 찌는 게 당연한 거지.

ⓑ 그는 많이 안 먹으니 살이 안 찌는 게 당연한 거지.

(2) Tôi muốn tự làm bản kế hoạch công việc này.

ⓐ 나는 스스로 이 업무계획서를 해보고 싶어요.

ⓑ 나는 새로운 업무계획서를 원해요.

(3) Hôm nay tôi không muốn ăn bất cứ thứ gì cả.

ⓐ 오늘은 아무거나 먹고 싶어요.

ⓑ 오늘은 아무것도 먹고 싶지 않아요.

Bài 11

Thức ăn đã ngon lại còn nhiều nữa.

음식이 맛있는 데다가 양도 많네요.

학습할 내용

1. hơi, khá, thật, cực (kì), tuyệt
2. 동사+thêm (nữa)
3. 동사+nhầm
4. đã ~ lại còn ~

1 **hơi, khá, thật, cực (kì), tuyệt** : 조금, 꽤, 정말로, 극히, 굉장히

Ở đây, giá hơi đắt nhưng món ăn cực ngon.
여기는 가격이 약간 비싸지만 음식은 아주 맛있어요.

2 **동사+thêm (nữa)** : 더/추가로 ~하다

Em có muốn gọi thêm gì không?
더 주문하고 싶은 거 있어요?

3 **동사+nhầm** : ~을 잘못하다

Đồ ăn ra nhầm rồi.
음식이 잘못 나왔어요.

4 **đã ~ lại còn ~** : ~하는 데다가 ~도 하다, ~하는데 ~까지 하다

Thức ăn đã ngon lại còn nhiều nữa.
음식이 맛있는 데다가 양도 많네요.

회화 익히기 Hội thoại

녹음을 듣고 회화문을 따라 읽으며 발음을 익혀 보세요.

(Ở nhà hàng)

Nam	Ở đây, giá **hơi** đắt nhưng món ăn **cực** ngon.
Yumi	Vâng, chúng ta gọi một bát bún bò Huế và một bát hủ tiếu nhé.
Nam	Cũng được. Em có muốn gọi **thêm** gì không?
Yumi	Em nghĩ nên gọi trước 2 món này. Sau đó, nếu thiếu thì gọi thêm.
Nam	Ừ. Đây là quán tự phục vụ nên chúng ta phải gọi món và thanh toán ở máy đằng kia.

(15 phút sau)

Nam	Em ơi. Đồ ăn ra **nhầm** rồi. Anh gọi một bún bò Huế và một bát hủ tiếu cơ mà.
Nhân viên	Em xin lỗi. Để em mang hủ tiếu ra cho anh.
Nam	Thức ăn có hợp khẩu vị của em không?
Yumi	Thức ăn **đã** ngon **lại còn** nhiều nữa.

(식당에서)

남　　여기는 가격이 약간 비싸지만 음식은 아주 맛있어요.

유미　네, 우리 분보후에 한 그릇과 후띠에우 한 그릇 주문해요.

남　　좋아요. 더 주문하고 싶은 거 있어요?

유미　이 2가지 음식 먼저 시키는 게 좋을 것 같아요. 만약에 부족하면 나중에 더 시켜요.

남　　그래요. 여기는 셀프서비스니까 저쪽에 있는 기계에서 주문하고 결제해야 해요.

(15분 후)

남　　저기요. 음식이 잘못 나왔어요. 분보후에 한 그릇과 후띠에우 한 그릇 시켰잖아요.

직원　죄송해요. 후띠에우 가져다드릴게요.

남　　음식이 입에 맞나요?

유미　음식이 맛있는 데다가 양도 많네요.

회화 단어

11-2

bún bò Huế 분보후에 (후에 지역의 소고기 국수)	thanh toán 결제하다
hủ tiếu 후띠에우 (남부 지역의 국수)	máy 기기, 기계
tự phục vụ 셀프서비스 (하다)	đằng kia 저기, 저쪽
gọi món 음식을 주문하다	cơ mà ~라고요, ~잖아요

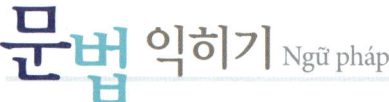 Ngữ pháp

1 hơi, khá, thật, cực (kì), tuyệt : 조금, 꽤, 정말로, 극히, 굉장히

Ở đây, giá hơi đắt nhưng món ăn cực ngon.
여기는 가격이 약간 비싸지만 음식은 아주 맛있어요.

hơi(약간), khá(꽤, 제법), thật(정말), cực(극히), tuyệt(굉장히)은 모두 정도를 나타내는 부사입니다. 그러나 각각 쓰임의 위치가 다릅니다.

- hơi, khá : 항상 형용사 앞에 위치합니다.
- thật : 보통 형용사 앞에 위치합니다. 형용사 뒤에 위치할 경우, 부사가 아닌 조사로써 화자가 감탄할 때 사용합니다.
- cực kì : 형용사 앞 또는 뒤에 위치합니다. (줄임말 : cực)
- tuyệt : cực, cực kỳ와 동의어이며, 형용사 앞 또는 뒤에 위치하고 주로 감탄을 나타낼 때 사용합니다.

Hôm nay mình hơi bận. 오늘 나는 조금 바빠요.
Cô ấy thật đẹp. 그녀는 정말 예뻐요.
Việc này khá khó, nên em cần nhiều thời gian.
이 일은 꽤 어려워서, 나는 시간이 많이 필요해요.

2 동사+thêm (nữa) : 더/추가로 ~하다

Em có muốn gọi thêm gì không?
더 주문하고 싶은 거 있어요?

thêm은 '더하다, 추가하다'라는 뜻을 가지는 동사이며, nữa는 '더'라는 의미의 부사입니다. 어떤 행동이나 수량이 증가함을 나타낼 때 표현할 수 있습니다. 목적어가 들어가면 「동사+thêm+목적어+nữa」 구조로 표현할 수 있습니다.

Hôm nay trời lạnh lắm nên em nhớ mặc thêm áo nhé.
오늘은 날씨가 너무 추우니까 너는 옷을 더 껴입는 것을 잊지 마.

Chúng ta nên điều tra thị trường Việt Nam thêm nữa.
우리는 베트남 시장을 더 조사하는 게 좋을 것 같아요.

Đồ ăn hết rồi, chúng ta gọi thêm nữa nhé. 음식이 다 떨어졌으니까, 우리 더 시키자.

3 동사+nhầm : ~을 잘못하다

Đồ ăn ra nhầm rồi.
음식이 잘못 나왔어요.

nhầm은 '실수하다, 잘못 알다, 정확하지 않다'라는 뜻을 가진 동사입니다. 어떠한 행동을 잘못하거나 정확하게 하지 못했음을 의미하는 표현입니다.

Tôi đã tính nhầm tổng giá trị đơn hàng.
내가 총 주문 금액을 잘못 계산했어요.

Anh ấy đã đến muộn vì đi nhầm đường.
그 사람이 길을 잘못 들어서 늦게 왔어요.

Chị gọi nhầm số rồi.
당신은 전화를 잘못 걸었네요.

4 đã ~ lại còn ~ : ~하는 데다가 ~도 하다, ~하는데 ~까지 하다

Thức ăn đã ngon lại còn nhiều nữa.
음식이 맛있는 데다가 양도 많네요.

보완과 연대를 나타내는 표현으로 뒤에 형용사/동사가 위치합니다.

Cô ấy đã thông minh lại còn cần mẫn.
그녀는 똑똑한 데다가 근면하기까지 해요.

Anh ấy đã gặp khó khăn về tài chính lại còn mất việc.
그 사람은 재정적인 어려움을 겪고 있는데 실직까지 했어요.

Quyển sách này đã khó lại còn dày.
이 책은 어려운 데다가 두껍기까지 해요.

말하기 연습 Bài nói

〈보기〉에서 빈칸에 알맞은 내용을 찾아 문장을 완성해 보세요.

> **보기**
>
> ① đã ~ lại còn   ② khá   ③ nhầm   ④ thêm

Mai   Nam, anh có sao không? Tôi thấy anh có vẻ mệt.

Nam   Hình như hôm qua tôi ăn ⁽¹⁾_____ cái gì rồi.
       Tôi nghĩ là tôi bị ngộ độc thức ăn.

Mai   Ôi, vậy anh nên đến bệnh viện ngay.

Nam   Tôi đã uống thuốc rồi.
       Một lát nữa nếu không đỡ tôi sẽ đến bệnh viện.

Mai   Vâng. Ngộ độc thức ăn là bệnh ⁽²⁾_____ nguy hiểm.
       Anh nên uống ⁽³⁾_____ nhiều nước ấm nhé.
       Hôm nay anh còn có cuộc họp quan trọng nữa đúng không?
       Anh cố gắng nhé.

Nam   Cảm ơn chị.
       Hôm nay ⁽⁴⁾_____ mệt _____ nhiều việc.

듣기 쓰기 연습 Bài nghe / Bài viết

1 대화를 듣고 내용이 맞으면 O, 틀리면 X 하세요.  11-4

(1) Theo Dong-min, món ăn Việt Nam chỉ rẻ thôi chứ không ngon.
(   )

(2) Dong-min chưa bao giờ đi nhầm đường ở Việt Nam. (   )

(3) Dong-min muốn đến Việt Nam du lịch nữa. (   )

(4) Theo Dong-min, Việt Nam cực kì nóng. (   )

2 주어진 단어들을 올바르게 배열하여 문장을 완성해 보세요.

(1) hơi / này / nhưng / ngon / cay / món ăn

→ _____

(2) thêm / không thể / tôi / cố gắng / nữa

→ _____

(3) lại còn / đã / ẩm / nóng / thời tiết

→ _____

(4) muộn / đường / nhầm / đến / nên / cô ấy / đi

→ _____

독해연습 Đọc hiểu

다음 베트남어를 해석해 보세요.

1 Cậu ấy hơi thấp nhưng tính cách cực kì tốt.

→ _____

2 Anh có thể giải thích thêm cho tôi được không?

→ _____

3 Anh đi nhầm giày của tôi rồi.

→ _____

4 Em gái tôi đã học giỏi lại còn khiêm tốn.

→ _____

5 Thời tiết hôm nay khá nóng.

→ _____

베트남 알아보기

• 베트남의 유명한 면 요리 •

● 퍼 (Phở)

퍼(Phở)는 쌀가루로 만든 부드럽고 하얀 면의 '쌀국수'로 베트남 음식 중 가장 많이 알려진 면 요리입니다. 건강에 좋은 '웰빙 음식'으로 낮은 칼로리와 담백한 맛이 대표적이며, 소고기 육수와 숙주나물에 새콤한 라임즙을 짜 넣어서 먹는 국수입니다. 향신료인 고수는 한국인에게 호불호가 강하므로 기호에 따라 곁들여 먹습니다.

● 미엔 (Miến)

미엔(Miến)은 한국의 '당면'과 비슷합니다. 쌀가루, 녹두 가루, 카사바 밀가루 등으로 만든 면으로, 식감이 쫄깃하고 한국의 잡채와 같은 볶음 요리와, 국물에 넣은 온면 요리가 있습니다. 닭고기를 넣은 '미엔 가(miến gà)'는 가장 대중적인 미엔 요리로, 담백한 국물과 쫄깃한 식감이 잘 어우러져 현지인들에게 많은 사랑을 받고 있습니다.

● 반깐 (Bánh canh)

반깐(Bánh canh)은 한국의 '우동'과 비슷합니다. 주재료(돼지고기, 생선, 새우 등)에 따라 다양한 반깐이 판매되고 있으며, 남부 지방에는 매우 특별한 코코넛 수프 반깐도 있습니다. 고소한 고기 육수와 쫄깃한 식감으로 현지인들이 아침 식사로 즐겨먹는 면 요리 중 하나입니다.

● 분 (Bún)

분(Bún)은 베트남 곳곳에서 쉽게 먹을 수 있는 면 요리로, 종류도 다양합니다. 부드러운 식감에 먹기도 편해서 아침, 저녁으로 간단히 분을 챙겨 먹는 사람들이 많습니다. 가장 유명한 요리로는 중부 후에(Huế) 지역의 '분보후에(Bún bò Huế)'가 있습니다.

Bài 12

Thay vào đó, anh phải mua vé mới.

대신에, 표를 새로 구매하셔야 합니다.

학습할 내용

1. 동사+mất
2. thay vào đó ~
3. để+명사
4. nhờ/nhờ có+명사+mà ~

1 **동사+mất** : ~해 버리다

Tôi ngủ quên mất nên đến muộn và bị lỡ máy bay rồi.
깜빡 잠이 들어 버려서 늦게 도착하는 바람에 비행기를 놓쳤어요.

2 **thay vào đó ~** : 대신에 ~

Thay vào đó, anh phải mua vé mới.
대신에, 표를 새로 구매하셔야 합니다.

3 **để+명사** : (장소에) ~을 두다

Anh cho em xem hộ chiếu và để hành lý ở đây nhé.
여권 보여주시고 수화물을 여기에 두세요.

4 **nhờ/nhờ có+명사+mà** : ~ 덕분에, ~ 덕택에

Nhờ có chị mà trong hôm nay tôi có thể đi công tác được.
당신 덕분에 나는 오늘 안에 출장을 갈 수 있게 되었네요.

 Hội thoại

🎧 12-1

녹음을 듣고 회화문을 따라 읽으며 발음을 익혀 보세요.

Lee	Xin lỗi nhưng tôi ngủ quên mất nên đến muộn và bị lỡ máy bay rồi. Tôi phải làm thế nào đây ạ?
Nhân viên	Chuyến bay của anh cất cánh lúc mấy giờ ạ?
Lee	3 giờ.
Nhân viên	Bây giờ là 4 giờ rồi. Anh có thể đi chuyến bay gần nhất lúc 5 giờ 30 phút. Thay vào đó, anh phải mua vé mới.
Lee	Vâng. Vậy chị cho tôi vé chuyến bay 5 giờ 30 phút.
Nhân viên	Anh cho em xem hộ chiếu và để hành lý ở đây nhé.
Lee	Đây ạ. Nhờ có chị mà trong hôm nay tôi có thể đi công tác được. Thật sự cảm ơn chị.

이 씨 죄송하지만 제가 깜빡 잠이 들어 버려서 늦게 도착하는 바람에 비행기를 놓쳤어요.
　　　제가 이제 어떻게 해야 할까요?
직원　비행기 출발 시각이 몇 시죠?
이 씨 3시입니다.
직원　지금 4시네요. 제일 가까운 5시 30분 비행기를 이용하시면 될 것 같습니다.
　　　대신에, 표를 새로 구매하셔야 합니다.
이 씨 네. 그러면 5시 30분 비행기 표로 주세요.
직원　여권 보여주시고 수화물을 여기에 두세요.
이 씨 여기요. 당신 덕분에 나는 오늘 안에 출장을 갈 수 있게 되었네요.
　　　정말 고마워요.

회화 단어

🎧 **12-2**

▫ lỡ 놓치다	▫ hộ chiếu 여권
▫ xuất phát 출발하다	▫ hành lý 짐, 수화물
▫ chuyến bay 항공편, 비행기 편	▫ thật sự 정말, 참으로

문법 익히기 Ngữ pháp

1 동사 + mất : ~해 버리다

Tôi ngủ quên mất nên đến muộn và bị lỡ máy bay rồi.
깜빡 잠이 들어 버려서 늦게 도착하는 바람에 비행기를 놓쳤어요.

어떠한 행동이 이미 끝났음을 나타내며, 그 행동이 이루어진 결과나 앞으로 벌어질 결과에 대한 아쉬움을 나타낼 때 쓰는 표현입니다.

Tôi chưa nói hết thì anh ấy đã đi mất.
나는 아직 말을 다 못했는데 그가 가 버렸어요.

Chúng ta phải cố gắng hơn nữa kẻo lỡ mất cơ hội.
기회를 놓쳐 버리지 않도록 우리가 더 노력해야 돼요.

Xe buýt đã chạy mất ngay trước mắt tôi.
버스가 내 눈앞에서 가 버렸어요.

● mất의 다른 의미

① 가졌던 것을 잃다

Anh ấy bị mất uy tín vì không giữ lời hứa.
그 사람은 약속을 지키지 않아서 신뢰를 잃었어요.

Tôi đã mất người bạn thân 8 năm.
8년간 알았던 친한 친구를 잃었어요.

② 시간이 걸리다

Từ nhà tôi đến công ty mất 15 phút.
우리 집에서 회사까지는 15분 걸려요.

Tôi phải mất một tuần mới làm xong báo cáo này.
내가 이 보고서를 완성하는 데 일주일 걸렸어요.

③ (나이 많은 사람, 윗사람) 돌아가시다

Ông tôi vừa mất sáng nay.
우리 할아버지가 오늘 오전에 돌아가셨어요.

Sau khi ông ấy mất, vợ ông ấy cũng chuyển nhà đi.
그분이 돌아가신 후, 그의 아내도 이사를 갔어요.

2 thay vào đó ~ : 대신에 ~

Thay vào đó, anh phải mua vé mới.
대신에, 표를 새로 구매하셔야 합니다.

앞에서 나타내는 행동/상태가 비슷하거나 대체 가능한 다른 행동/상태로 바꾸는 것을 나타내는 표현입니다.

Anh không cần đến trung tâm, thay vào đó phải đăng ký online.
학원에 안 오셔도 되지만, 대신 온라인으로 등록하셔야 합니다.

Chúng tôi không thể giảm giá, thay vào đó sẽ tặng sản phẩm quà tặng.
우리가 할인해 드릴 수는 없지만, 대신에 증정품을 드리겠습니다.

Tiền lương của tôi không cao, thay vào đó nhận thưởng nhiều.
내 월급은 높지 않지만, 대신에 보너스를 많이 받습니다.

> **Tip**
>
> • thay vì
> 앞에서 언급한 행동/상태와 전혀 다른 것으로 바꾸는 것을 의미합니다.
>
> **Thay vì gửi hồ sơ bằng bưu điện, tôi nghĩ gửi fax cũng được.**
> 우편으로 서류를 보내는 대신에 팩스로 보내도 된다고 생각해요.

문법 익히기 Ngữ pháp

3 để + 명사 : (장소에) ~을 두다

Anh cho em xem hộ chiếu và để hành lý ở đây nhé.
여권 보여주시고 수화물을 여기에 두세요.

để는 '두다, 남기다'라는 뜻을 가진 동사입니다. 주로 để 뒤에 사물과 장소를 가리키는 명사가 위치합니다.

Tôi để quyển sách trên bàn của anh nhé.
내가 당신 책상 위에 책을 둘게요.

Em để nước cam ép trong tủ lạnh, anh nhớ uống nhé.
내가 냉장고 안에 오렌지 주스를 둘 테니, 마시는 것을 기억하세요. (마시는 것을 잊지 마세요.)

Đừng để quên điện thoại nhé.
전화기를 두고 가지 마세요.

● để의 다른 용법

① để (전치사)+동사/주어+서술어 : (주어)가 ~ 하기 위해/하려고

Tôi làm việc chăm chỉ để thăng tiến.
나는 승진하기 위해 열심히 일합니다.

Tôi học tiếng Việt để nghiên cứu về văn hóa Việt Nam.
나는 베트남 문화에 대해 연구하려고 베트남어를 공부합니다.

② Để+주어+서술어 : (주어)가 ~하게 두다

Để anh ấy làm việc này đi.
그가 이 일을 하도록 둡시다.

Để tôi giải thích.
제가 설명하게 두세요.

4 nhờ/nhờ có + 명사 + mà ~ : ~ 덕분에, ~ 덕택에

Nhờ có chị mà trong hôm nay tôi có thể đi công tác được.
당신 덕분에 나는 오늘 안에 출장을 갈 수 있게 되었네요.

명사가 mà 뒤에 나오는 결과의 원인이며, 주로 긍정적이고 만족스러운 결과를 나타냅니다. nhờ 뒤에 동사가 위치할 수도 있습니다.

Nhờ học tiếng Anh mà tôi có thể làm việc ở công ty nước ngoài.
영어를 공부한 덕분에 나는 외국계 기업에서 일을 할 수 있어요.

Nhờ em mà anh làm xong việc này nhanh hơn.
네 덕택에 내가 이 일을 더 빨리 끝냈어.

Nhờ có anh mà tôi thành công như ngày hôm nay.
당신 덕택에 내가 오늘날 이렇게 성공했어요.

> **Tip**
>
> 'nhờ'는 '부탁하다'라는 의미를 가진 단독 동사로 쓸 수도 있습니다.
>
> Anh ấy nhờ tôi làm báo cáo ngày vì anh ấy đi về sớm nên không thể làm được.
> 그는 조퇴해서 일일 보고를 할 수 없었기 때문에 나에게 해 달라고 부탁했어요.
>
> Tôi nhờ nhưng anh ấy đã từ chối.
> 내가 부탁했는데 그는 거절했어요.

말하기 연습 Bài nói

〈보기〉에서 빈칸에 알맞은 내용을 찾아 문장을 완성해 보세요.

> **보기**
> ① nhờ có   ② mất   ③ để   ④ thay vì

Nam   Tuần sau chúng ta đi du lịch Đà Nẵng rồi đấy. Em đã đặt khách sạn chưa?

Mina   Ôi, em quên ⁽¹⁾_____ rồi. Làm thế nào bây giờ?

Nam   Bây giờ đang là mùa cao điểm nên anh nghĩ tìm phòng sẽ rất khó đấy. ⁽²⁾_____ thuê khách sạn thì theo anh nên thuê dạng căn hộ ngắn hạn. Anh có người quen ở Đà Nẵng và anh ấy biết rất rõ. ⁽³⁾_____ anh hỏi anh ấy.

Mina   Vậy may quá. ⁽⁴⁾_____ anh mà mọi việc được giải quyết rồi. Cảm ơn anh.

단어   mùa cao điểm 성수기   ngắn hạn 단기적인

듣기 쓰기 연습 Bài nghe / Bài viết

1 대화를 듣고 내용이 맞으면 O, 틀리면 X 하세요. 🎧 12-4

(1) Anh ấy ăn cái bánh đó.   (   )

　　Anh ấy không ăn cái bánh đó.   (   )

(2) Anh ấy vào phòng làm việc để tìm điện thoại.   (   )

　　Anh ấy gọi điện thoại cho bạn.   (   )

(3) Anh ấy đi xe taxi thay vì xe máy.   (   )

　　Anh ấy đi xe máy thay vì taxi.   (   )

2 주어진 단어들을 올바르게 배열하여 문장을 완성해 보세요.

(1) mất / anh ấy / yêu / rồi / tôi

→ _____

(2) công việc / vất vả / nhưng / cao / thay vào đó / này / lương

→ _____

(3) chăm chỉ / tiền / tôi / để / làm việc / nhiều / kiếm

→ _____

(4) được / tìm / cô ấy / mà / tôi / nhờ có / mới / đường

→ _____

독해연습 *Đọc hiểu*

다음 베트남어를 해석해 보세요.

1 Tôi đã bị trượt mất kì thi công chức lần này.

→ _____

2 Bạn không cần đến nhưng thay vào đó bạn phải tự chuẩn bị.

→ _____

3 Nhờ học tiếng Việt mà tôi hiểu thêm về văn hoá Việt Nam.

→ _____

4 Tôi thường hay để nước hoa trong xe ô tô.

→ _____

5 Để em thanh toán trước đã.

→ _____

베트남 알아보기

• 베트남의 지역별 국제공항 •

현재까지 베트남에는 10개의 국제공항을 포함해 총 22개의 민간공항이 있습니다. 대부분의 민간공항은 민간 및 군사 겸용 공항으로 이용되고 있으며, 그 밖에 18개의 군사 전용 공항도 있습니다.

민간공항 중, 가장 이용도가 높은 공항은 베트남 수도 하노이에 있는 '노이바이 국제공항(Sân bay quốc tế Nội Bài)'과 가장 큰 도시 호찌민에 있는 '떤썬녓 국제공항(Sân bay quốc tế Tân Sơn Nhất)', 그리고 한국인에게 관광지로 각광받고 있는 '다낭 국제공항(Sân bay quốc tế Đà Nẵng)'이 있습니다.

하노이 노이바이 국제공항 (Sân bay quốc tế Nội Bài)   다낭 국제공항 (Sân bay quốc tế Đà Nẵng)

노이바이 국제공항, 떤썬녓 국제공항, 다낭 국제공항에는 국제선, 국내선, 수송선이 모두 운영되고 있으며, 베트남 항공사 외에도 대한항공, 아시아나항공, 에바항공, 캐세이퍼시픽, 에미레이트항공, 유나이티드항공, 에어캐나다 등 이름만 들어도 알 수 있는 대형 항공사들이 많은 항공편을 제공하고 있습니다.

Bài
13

Anh muốn đi cả miền Nam lẫn miền Bắc.

나는 남부와 북부를 모두 다 가보고 싶어요.

학습할 내용

1. cả A lẫn B (đều)/cả A và B (đều)
2. nhất định
3. đối với + 대명사/명사
4. giá mà ~

1 cả A lẫn B (đều)/cả A và B (đều) : A와 B 모두

Anh muốn đi cả miền Nam lẫn miền Bắc.
나는 남부와 북부를 모두 가보고 싶어요.

2 nhất định : 반드시, 틀림없이

Nếu thế thì anh nhất định phải đi thử Sapa và Mũi Né.
그러면 반드시 사파와 무이네를 가봐야 해요.

3 đối với + 대명사/명사 : ~에게는

Đối với em, hai nơi này đẹp nhất.
저에게는 이 두 곳이 가장 아름다워요.

4 giá mà ~ : ~았/었으면 좋겠다/좋을 텐데, ~았/었더라면

Giá mà kì nghỉ đến nhanh.
휴가가 빨리 왔으면 좋겠어요.

회화 익히기 Hội thoại

🎧 13-1

녹음을 듣고 회화문을 따라 읽으며 발음을 익혀 보세요.

Park Theo thống kê, năm ngoái người Hàn Quốc đi du lịch Việt Nam nhiều nhất.

Mai Thế à? Lần này anh sang du lịch Việt Nam thử đi.

Park Ở Việt Nam có chỗ nào đáng đi? Em có thể giới thiệu địa điểm du lịch Việt Nam cho anh không? Anh muốn đi cả miền Nam lẫn miền Bắc.

Mai Nếu thế thì anh nhất định phải đi thử Sapa và Mũi Né. Đối với em, hai nơi này đẹp nhất. Đến Sapa, anh có thể leo núi và trải nghiệm văn hoá của dân tộc thiểu số Việt Nam.
Còn ở Mũi Né thì anh có thể thấy sa mạc tuyệt đẹp của Việt Nam.

Park Thật á? Kì nghỉ này, anh nhất định phải đi cả hai chỗ mới được.
Giá mà kì nghỉ đến nhanh.

박 씨   통계에 따르면, 작년에 한국인들이 베트남을 제일 많이 여행했대요.

마이   그래요? 이번에 베트남을 여행해 보세요.

박 씨   베트남에서 가 볼 만한 곳은 어디가 있나요? 베트남 여행지를 추천해 줄 수 있나요?
나는 남부와 북부를 모두 가보고 싶어요.

마이   그러면 반드시 사파와 무이네를 가봐야 해요. 저에게는 이 두 곳이 가장 아름다워요.
사파에 가면, 트레킹과 소수 민족의 문화를 체험할 수 있어요.
그리고 무이네에서는 베트남의 아름다운 사막을 볼 수 있어요.

박 씨   정말요? 이번 휴가에 반드시 두 곳을 다 가 봐야겠어요.
휴가가 빨리 왔으면 좋겠어요.

회화 단어

🎧 13-2

▫ **theo** 따르다	▫ **leo núi** 등산하다, 트레킹
▫ **thống kê** 통계	▫ **trải nghiệm** 체험하다
▫ **đáng ~** ~할 가치가 있다, ~할 만하다	▫ **văn hóa** 문화
▫ **giới thiệu** 소개하다, 추천하다	▫ **dân tộc thiểu số** 소수 민족
▫ **địa điểm du lịch** 여행지	▫ **sa mạc** 사막
▫ **miền Nam** 남부	▫ **kì nghỉ** 휴가, 방학
▫ **miền Bắc** 북부	▫ **chỗ** 곳, 장소

문법 익히기 Ngữ pháp

1 cả A lẫn B (đều)/cả A và B (đều) : A와 B 모두

Anh muốn đi cả miền Nam lẫn miền Bắc.
나는 남부와 북부를 모두 가보고 싶어요.

A와 B를 둘 다 포함한다는 의미를 가지며, A와 B의 자리에 동사나 명사가 위치할 수 있습니다. 이는 'A와 B 모두'라는 의미와 같습니다. 또한 A와 B는 위치에 따라서 주어나 목적어 역할을 할 수 있습니다.

Cả tôi lẫn anh ấy đều là nhân viên của bộ phận tiếp thị.
나와 그 사람 모두 마케팅 부서의 직원입니다.

Tôi thích cả thiết kế này lẫn thiết kế kia.
나는 이 디자인과 저 디자인 모두 좋아요.

Tôi đi xe mất 1 tiếng cả đi lẫn về.
나는 차로 왕복 한 시간 걸렸어요.

2 nhất định : 반드시, 틀림없이

Nếu thế thì anh nhất định phải đi thử Sapa và Mũi Né.
그러면 반드시 사파와 무이네를 가봐야 해요.

nhất định은 문장에서 '반드시 ~하다'라는 의미를 나타내며, 주어 앞과 뒤에 상관없이 위치할 수 있습니다.

Nhất định chúng ta sẽ thắng.
우리가 반드시 이길 것입니다.

Tôi nhất định sẽ làm được việc ấy.
내가 반드시 그 일을 해낼 거예요.

Anh ấy nhất định sẽ không làm chúng ta thất vọng.
그는 틀림없이 우리를 실망시키지 않을 것입니다.

3 đối với + 대명사/명사 : ~에게는

Đối với em, hai nơi này đẹp nhất.
저에게는 이 두 곳이 가장 아름다워요.

언급할 행동이나 범위의 대상을 나타낼 때 đối với 뒤에 대상을 가리키는 대명사 또는 명사를 위치시켜서 '(대상)에게는, (대상)에 대해'라는 의미로 표현할 수 있습니다.

Đối với anh ấy, việc này không có gì khó.
그 사람에게는, 이 일이 전혀 어렵지 않아요.

Những lời nói của họ đối với tôi không có ý nghĩa gì.
그들의 말이 나에게는 아무런 의미가 없어요.

Cô ấy luôn thân thiện đối với tôi.
그녀는 항상 나에게 친절합니다.

4 giá mà ~ : ~았/었으면 좋겠다/좋을 텐데, ~았/었더라면

Giá mà kì nghỉ đến nhanh.
휴가가 빨리 왔으면 좋겠어요.

현실과 반대되는 가정을 만들 때 쓰는 표현으로, 화자의 아쉬움이나 지금과는 다른 결과였으면 하는 마음을 나타냅니다. 같은 의미로는 giá như가 있습니다.

Giá mà sản phẩm mới có thể ra mắt trước ngày Giáng sinh.
새로운 상품이 크리스마스 전에 출시되면 좋을 텐데요.

Giá như anh ấy không nói nặng lời đối với cô ấy.
그가 그녀에게 심하게 말하지 않았으면 좋았을 텐데요.

Giá mà tôi biết trước việc này thì tốt quá.
내가 이 일을 미리 알았더라면 좋았을 텐데요.

말하기 연습 Bài nói

〈보기〉에서 빈칸에 알맞은 내용을 찾아 문장을 완성해 보세요.

> **보기**
> ① giá mà   ② cả ~ và   ③ nhất định   ④ đối với

Mai   Anh Park, anh đã ăn thử món chè của Việt Nam bao giờ chưa?

Park Tôi có nghe nói rồi nhưng chưa ăn thử bao giờ. Theo chị món chè nào ngon?

Mai   (1) _____ món chè bưởi _____ chè đỗ đen đều ngon.
      (2) _____ tôi thì món chè bưởi ngon nhất.
      (3) _____ anh nên ăn thử.

Park Vậy ạ? Vậy mình đi ăn đi.

(Sau khi ăn)

Park Chè bưởi của Việt Nam ngon thật. (4) _____ ở Hàn Quốc cũng bán món này.

듣기 쓰기 연습 Bài nghe / Bài viết

1 대화를 듣고 내용이 맞으면 O, 틀리면 X 하세요. 🎧 13-4

(1) Mina thích cả hai cái. ( )

　　Mina không thích cả hai cái. ( )

(2) Anh Nam nhất định phải đến trước 9 giờ. ( )

　　Anh Nam có thể đến sau 9 giờ. ( )

(3) Nam đã tặng quà sinh nhật cho Mai. ( )

　　Nam không biết hôm nay là sinh nhật Mai. ( )

2 주어진 단어들을 올바르게 배열하여 문장을 완성해 보세요.

(1) tiếng Việt / đều / vợ tôi / không nói được / cả / và / tôi

→ _____

(2) công việc / sẽ làm được / nhất định / nhưng / tôi / khó / tuy

→ _____

(3) nhất / quan trọng / cô ấy / người / là / đối với tôi,

→ _____

(4) công ty Việt Nam / xin vào / tiếng Việt / giỏi / giá mà / thì tôi / đã

→ _____

독해연습 Đọc hiểu

다음 베트남어를 해석해 보세요.

1 Tôi muốn giỏi cả tiếng Hàn và tiếng Anh.

→ _____

2 Tôi tin rằng cô ấy nhất định sẽ thắng cuộc thi đấu này.

→ _____

3 Đối với tôi thì việc này không quan trọng.

→ _____

4 Giá mà tôi cao hơn một chút thì tôi sẽ trở thành người mẫu.

→ _____

5 Nhất định đội chúng ta sẽ thắng.

→ _____

베트남 알아보기

· 베트남의 숨은 여행지 ·

● 반족 폭포 (Thác Bản Giốc)

반족 폭포(Thác Bản Giốc)는 북부의 까오방 지역(Cao Bằng)에 위치하고 있으며, 이 지역 중심에서 약 20km 떨어져 있습니다. 이 폭포는 수백 미터까지 이어져 있으며, 베트남에서 가장 아름다운 폭포로 알려져 있습니다.

● 썬덩 동굴 (Hang Sơn Đoòng)

썬덩 동굴(Hang Sơn Đoòng)은 북중부 꽝빈성 지역(Tỉnh Quảng Bình)에 위치해 있습니다. 거대한 크기와 주변의 아름다운 경치로 유명합니다. 동굴 안에는 자연적으로 만들어진 강과 숲의 내부 생태계가 있으며, 현재까지 전 세계에서 발견된 동굴 중 최대 크기의 자연 동굴로 알려져 있습니다.

● 푸꾸옥 섬 (Đảo Phú Quốc)

푸꾸옥 섬(Đảo Phú Quốc)은 베트남에서 가장 큰 섬으로, 옥섬(Đảo Ngọc)으로 불리기도 합니다. 태국 해협에 위치해 있는 22개의 섬들 중 가장 큰 섬입니다. 끼엔 장(Kiên Giang) 성에 속해 있으며, 2006년 유네스코가 끼엔 장 해안 및 해양 생물권 보존지역을 세계 생물권 보존지역으로 지정하기도 했습니다.

Bài **11~13**

복습하기
Ôn tập

1 다음을 읽고, 관련된 내용끼리 연결해 보세요.

> 이 식당은 음식이 꽤 비싸요.
> 오늘 날씨가 너무 추우니까, 너는 옷을 더 입어야 해.
> 음식이 잘못 나왔습니다.
> 그는 똑똑한 데다가 부지런하기까지 해요.

(1) Ở nhà hàng này, món ăn •   ⓐ ra nhầm rồi.

(2) Hôm nay trời rất lạnh, •   ⓑ khá đắt.

(3) Đồ ăn •   ⓒ lại còn chăm chỉ.

(4) Anh ấy đã thông minh •   ⓓ em phải mặc thêm áo đấy.

2 〈보기〉에서 빈칸에 알맞은 내용을 찾아 문장을 완성해 보세요.

> **보기**
> ① cả ~ lẫn   ② nhất định   ③ đối với   ④ giá mà

Park   Mai, em thấy nơi nào ở Việt Nam đẹp nhất?

Mai   (1) _____ em, Hà Nội đẹp nhất. Vì đó là nơi em đã sinh ra và lớn lên mà.

Park   Em muốn ăn gì? Gà rán hay pizza?

Mai   Em muốn ăn (2) _____ gà rán _____ pizza.

Park   Kì nghỉ hè này em muốn làm gì?

Mai   Mùa hè này em (3) _____ sẽ đi Việt Nam. Lâu lắm rồi em chưa về Việt Nam thăm gia đình.

Park   (4) _____ anh được tăng lương một chút. Dạo này giá cả đắt đỏ quá.

Mai   Em cũng mong được tăng lương.

3 다음 글을 읽고 질문에 답하세요.

(1) Hôm nay, tôi có chuyến công tác đi Hà Nội nhưng do tắc đường nghiêm trọng nên tôi đã lỡ mất chuyến bay đã đặt trước đó. Thế là, tôi phải nhờ sự giúp đỡ của nhân viên hãng hàng không để có thể đi chuyến bay ngay sau đó. Nhưng thay vào đó, tôi phải mua vé mới.

Vì sao cô ấy phải mua vé mới?

➡ _____

(2) Hôm nay, Lan bắt đầu làm việc ở một công ty khá nổi tiếng. Lan nói là trước đây, chị ấy đã cố gắng học tiếng Anh rất chăm chỉ để xin việc, và nhờ vào khả năng tiếng Anh mà chị ấy đã thi đỗ vào công ty này.

Lý do Lan thi đỗ vào công ty nổi tiếng là gì?

➡ _____

(3) Điều khiển máy lạnh của nhà tôi hết pin nên hôm nay tôi đã đi siêu thị để mua pin. Sau khi về đến nhà, tôi phát hiện ra tôi đã mua nhầm loại pin, vì thế tôi phải đi đến siêu thị một lần nữa để đổi. Thật phiền phức quá.

Vì sao cô ấy phải đi siêu thị 2 lần?

➡ _____

4 주어진 단어들을 올바르게 배열하여 문장을 완성해 보세요.

(1) dự án mới / tôi / hơi bận / vì / hôm nay / có

→ _____

(2) tôi / vì / nên / đã đến nơi / đi nhầm đường / muộn 2 tiếng

→ _____

(3) không có giảm giá, / sự kiện mua 1 tặng 1 / hôm nay / thay vào đó / ở trung tâm mua sắm / có

→ _____

_____

(4) mà / có thể / công việc / tôi / nhờ có chị ấy / một cách thuận lợi / hoàn thành

→ _____

_____

5 〈보기〉의 단어가 들어가면 어색한 문장을 고르세요.

> 보기
>
> Để

(1) Em _____ thức ăn trên bàn, anh nhớ ăn nhé.

(2) _____ anh ấy làm việc đó đi.

(3) Tôi đi Việt Nam _____ gặp khách hàng.

(4) Mời anh ăn _____ .

부록

1. 1~13과 연습문제 정답

2. 복습하기 문제 정답

3. 핵심 문법 한눈에 보기

정답 1~13과 연습문제

Bài 1

말하기 연습

(1) ② (2) ④ (3) ① (4) ③

〈보기〉
① 알고 보니 ~ 더라/로군요   ② ~ 전에
③ ~합시다   ④ ~에 속하다

🎧 01-3

Nam Mina ơi! Tình cờ quá. Lâu lắm rồi không gặp.
Mina Ồ anh Nam đấy à? Tình cờ quá. Dạo này anh thế nào? Đã xin được việc chưa?
Nam Anh vẫn bình thường. Anh đã xin được việc cách đây 1 tháng rồi.
Mina Chúc mừng anh. Công việc có khó không?
Nam Anh thuộc bộ phận bán hàng. Đây là lần đầu tiên anh làm công việc này nên thấy hơi khó và vất vả. Hóa ra công việc không dễ như anh tưởng tượng.
Mina Cứ làm thì sẽ quen dần thôi. Anh cố gắng lên.
Nam Cảm ơn em. Cuối tuần này có thời gian không? Chúng mình đi uống cà phê nhé.
Mina Được chứ ạ. Cuối tuần gặp nhau nha.

남 민아 씨! 정말 우연이네요. 오랜만이에요.
민아 오, 남 씨예요? 진짜 우연이네요. 요즘 어때요? 일자리는 구했어요?
남 전 그냥 그래요. 한 달 전에 일자리를 찾았어요.
민아 축하해요. 업무는 어려워요?
남 저는 판매부서에 속해 있어요. 이 업무를 하는 게 처음이라 약간 어렵고 힘들게 느껴져요. 알고 보니 제가 상상했던 것처럼 일이 쉽지는 않더군요.
민아 계속하면 익숙해질 거예요. 힘내요.

남 고마워요. 이번 주말에 시간 있어요? 우리 커피 마시러 가요.
민아 가능하죠. 주말에 우리 만나요.

듣기 쓰기 연습

1 🎧 01-4

Mai Anh có biết anh Lee làm việc ở bộ phận nào không?
Nam Anh Lee thuộc bộ phận bán hàng.
Mai Vậy anh gọi điện cho anh Lee đi. Anh hỏi anh ấy khi nào công ty chúng ta nhận được hàng.
Nam Tôi đã liên lạc cách đây 2 tuần rồi. Anh ấy nói đã gửi hàng rồi nhưng hoá ra là gửi sai địa chỉ. Cuối tuần này chúng ta sẽ nhận được hàng.
Mai Vậy hả? Cảm ơn anh.

마이 당신은 이 씨가 어느 부서에서 일하고 있는지 알고 있나요?
남 이 씨는 판매부에 소속되어 있어요.
마이 그러면 이 씨에게 전화 좀 해줘요. 우리 회사는 언제 물건을 받을 수 있는지 물어봐 줘요.
남 2주 전에 연락을 했었습니다. 이미 물건을 보냈다고 했지만 알고 보니 잘못된 주소로 보냈더군요. 이번 주말에 우리는 받을 수 있을 거예요.
마이 그래요? 고마워요.

(1) 이 씨는 맞는 주소로 물건을 보냈습니다. (X)
(2) 남은 3주 전에 이 씨한테 연락했습니다. (X)
(3) 이 씨는 판매부 직원입니다. (O)

2

(1) Chuyến bay đã cất cánh cách đây một tiếng.
비행기가 한 시간 전에 이륙했습니다.

(2) Hoá ra anh ấy không phải là người Việt Nam.
   알고 보니 그는 베트남인이 아니었군요.
(3) Cô Kim là nhân viên thuộc bộ phận tiếp thị.
   김 씨는 마케팅 부서에 소속된 직원입니다.
(4) Cái này tiếng Việt gọi là gì nhỉ?
   이것을 베트남어로 뭐라고 하죠?

독해 연습

(1) 1년 전부터, 저는 인사부에 속해 있습니다.
(2) 공항은 여기서부터 약 20km 떨어져 있습니다.
(3) 알고 보니 그녀는 배우더군요.
(4) 알고 보니 그도 유학생이더군요.
(5) 공부 마치고 나서 우리 놀러 가자.

Bài 2

말하기 연습

(1) ③   (2) ①   (3) ②

〈보기〉
① ~기는요   ② ~했어야 하다   ③ ~할 정도로

🎧 02-3

Mina Anh Nam, anh có thời gian không? Bài tập tiếng Việt này khó quá nên em đọc mãi không hiểu. Giúp em với.
Nam   Được chứ. Bài tập này khó đến nỗi anh là người Việt Nam mà cũng không hiểu được.
Mina Không phải. Tại vì em không giỏi nên không làm được. Bài tập này cô giáo đã dạy rồi nhưng em không nhớ.
Nam   Không giỏi gì mà không giỏi. Anh thấy Mina rất giỏi tiếng Việt. Tuy nhiên bài tập này hơi khó nên em không làm được thôi.
Mina Đáng lẽ ra trong giờ học em nên tập trung hơn.

민아 남 씨, 시간 있어요? 이 베트남어 과제가 너무 어려워서 저는 계속 읽어도 이해가 안 돼요. 저 좀 도와줘요.
남   물론이죠. 이 과제는 베트남 사람인 나도 이해할 수 없을 정도로 어려워요.
민아 아니에요. 제가 공부를 못해서 할 수가 없는 거예요. 이 과제는 선생님이 가르쳐줬지만 제가 기억이 안 나요.
남   못하긴 뭘 못해요. 내가 생각하기에 민아 씨는 정말 베트남어를 잘해요. 그렇지만 이 과제가 조금 어려워서 당신이 할 수 없을 뿐이에요.
민아 수업 시간에 더 집중했어야 했어요.

듣기 쓰기 연습

1 🎧 02-4

Nam   Chị Mai ơi, xong việc chưa? Chúng ta đi ăn tối đi!
Mai   Xin lỗi Nam nhé. Tôi đang ăn kiêng để giảm cân nên buổi tối tôi không ăn. Dạo này tôi béo lên nên nhìn xấu hơn.
Nam   Xấu gì mà xấu chứ.
Mai   Thật đấy. Tôi béo đến mức không mặc vừa quần áo nữa rồi.
Nam   Chị cứ không ăn tối như thế thì không tốt cho sức khoẻ đâu.
Mai   Tôi biết mà. Tôi chỉ ăn kiêng đến hết tuần này thôi. Hẹn anh tuần sau mình đi ăn nhé.

남　마이 씨, 일 마쳤어요? 우리 저녁 먹으러 가요!
마이　미안해요, 남 씨. 난 살 빼려고 다이어트하는 중이라서 저녁 안 먹어요. 요즘 나는 살이 쪄서 더 못생겨 보여요.
남　못생기긴 뭐가 못생겼어요.
마이　진짜예요. 나는 더 이상 옷이 안 맞을 정도로 뚱뚱해졌어요.
남　그렇게 저녁 안 먹으면 건강에 안 좋아요.
마이　나도 알죠. 나는 이번 주까지만 다이어트를 할 거예요. 다음 주에 밥 먹으러 가요.

(1) 마이는 옷이 잘 맞을 정도로 살이 쪘습니다. (X)
(2) 남에 따르면, 저녁을 거르면 건강에 좋지 않다고 합니다. (O)
(3) 남은 마이가 못생겼다고 생각합니다. (X)

2

(1) Tiếng Việt khó đâu mà khó.
　베트남어가 어렵긴 뭐가 어려워요.
(2) Anh ấy đẹp trai đến mức tôi tưởng anh ấy là diễn viên.
　나는 그를 배우라고 생각했을 정도로 그는 잘 생겼어요.
(3) Đáng lẽ ra tôi phải tập thể dục chăm chỉ hơn.
　나는 더 열심히 운동을 했어야 했어요.
(4) Cứ cố gắng thì sẽ thành công.
　계속 노력하면 성공할 거예요.

독해 연습

(1) 그는 가수라고 생각될 정도로 노래를 잘해요.
(2) 나는 운동하기 전에 많이 먹지 말았어야 했어요.
(3) 나는 베트남에 더 일찍 왔어야 했어요.
(4) 어렵긴 뭐가 어려워요.
(5) 계속 이 길로 직진하세요.

Bài 3

말하기 연습

(1) ④　(2) ③　(3) ②　(4) ①

〈보기〉
① 어쩌면　　② ~외에
③ 곧 ~합니다　④ 곧 ~하나요?

🎧 03-3

Nam　Anh sắp xong việc chưa? Chúng ta đi uống bia đi.
Park　Tôi vẫn còn việc phải làm nhưng sắp xong rồi.
　　Anh định đi uống bia ở đâu?
Nam　À, tôi định đi uống ở quán cô Mai gần công ty. Anh biết quán đó không?
Park　Biết chứ. Nhưng quán đó đồ ăn không ngon. Ngoài quán đó ra, anh có biết quán nào khác không?
Nam　Tôi không biết. Anh có biết không?
Park　Tôi biết một quán. Tôi cho anh địa chỉ, anh ra đó trước đợi tôi nhé.
Nam　Được. Trời sắp mưa rồi. Anh nhớ cầm ô nhé. Biết đâu lát nữa trời mưa.
Park　Cảm ơn. Tôi biết rồi. Hẹn gặp anh lát nữa nha.

남　곧 일이 끝나요? 우리 맥주 마시러 가요.
박 씨　할 일이 아직 남았지만 곧 끝내려고요.
　　어디에서 맥주를 마실 건가요?
남　아, 회사 근처에 있는 마이 씨 가게에서 마실 예정이에요. 그 가게를 아세요?
박 씨　알죠. 그러나 그 가게는 음식이 맛이 없어요. 그 가게 외에, 당신은 다른 가게를 아세요?
남　몰라요. 당신은 알고 있나요?
박 씨　나는 한 가게를 알아요. 당신에게 주소를 줄 테니, 먼저 그곳에 가서 나를 기다려요.
남　좋아요. 곧 비가 올 거예요. 우산 챙기세요. 어쩌면 잠시 후에 비가 올지도 모르잖아요.
박 씨　고마워요. 알겠어요. 조금 이따가 만나요.

듣기 쓰기 연습

1 🎧 03-4

Mai Anh Nam! Ngày mai có cuộc họp với công ty ABC. Anh đã chuẩn bị xong tài liệu chưa?
Nam Sắp xong rồi ạ.
Mai Anh chuẩn bị tài liệu bằng tiếng Hàn nữa nhé. Biết đâu phía đối tác không giỏi tiếng Anh.
Nam Tôi đã email hỏi trước rồi. Giám đốc công ty ABC rất giỏi tiếng Anh. Ngoài ra, anh ấy còn nói được tiếng Việt nữa.
Mai Ồ vậy sao? Tốt quá. Vậy anh không cần chuẩn bị tài liệu tiếng Hàn nữa nhé.

마이 남 씨! 내일 ABC 회사와 미팅이 있어요. 자료 준비 끝냈어요?
남 곧 끝나요.
마이 한국어로 된 자료도 준비하세요. 어쩌면 파트너가 영어를 못 할지도 몰라요.
남 저는 미리 이메일을 보내서 물어봤어요. ABC 사장은 영어를 정말 잘한대요. 그 외에, 그는 베트남어도 할 수 있대요.
마이 오 그래요? 정말 좋네요. 그럼 한국어 자료는 준비 안 하셔도 돼요.

(1) 남은 아직 자료를 준비하지 않았습니다. (O)
(2) ABC 사장은 영어를 못 합니다. (X)
(3) 남 씨는 한국어 자료를 계속 준비해야 합니다. (X)

2

(1) Ngoài món ăn Việt Nam ra thì tôi cũng thích món ăn Hàn Quốc.
베트남 음식 외에 나는 한국 음식도 좋아합니다.
(2) Anh đừng ra ngoài. Biết đâu lát nữa trời mưa.
밖으로 나가지 마세요. 어쩌면 잠시 후에 비가 올지도 몰라요.

(3) Tôi sẽ tiếp tục cố gắng mặc dù công việc vất vả.
비록 업무가 힘들지라도 나는 계속 노력할 거예요.
(5) Tôi sắp phải nộp báo cáo rồi mà vẫn chưa xong.
보고서를 곧 제출해야 하는데 아직도 안 끝났어요.

독해 연습

(1) 쌀국수 외에, 베트남에는 다양한 음식들이 있습니다.
(2) 프랑스 외에, 나는 많은 나라를 여행했습니다.
(3) 버스가 곧 도착하나요?
(4) 그가 오질 않네요. 혹시 사고가 났을지도 몰라요.
(5) 계속 직진하면, 사거리를 볼 수 있을 거예요.

Bài 4

말하기 연습

(1) ① (2) ③ (3) ②

〈보기〉
① 어쩔 수 없이 ~해야 한다 ② 부족하다
③ ~하게 만들다

🎧 04-3

Mai và Nam là đồng nghiệp cùng công ty. Tuần trước Mai bị tai nạn gãy chân nên **đành phải** nghỉ ở nhà. Cái chân đau **khiến** Mai không thể đến công ty được. Công việc của Mai thì hiện tại Nam tạm thời phụ trách. Nhưng Nam mới vào công ty nên năng lực còn **kém** và còn chưa quen với công việc. Mai dù không đến công ty được nhưng vẫn gọi điện chỉ dẫn công việc và giúp đỡ Nam. Nhờ vậy mà Nam đã hoàn thành tốt công việc.

정답 1~13과 연습문제

마이와 남은 같은 회사의 동료입니다. 지난주 마이는 사고를 당해 다리가 부러져서 어쩔 수 없이 집에서 쉬어야만 합니다. 아픈 다리로 인해 마이가 회사에 나오지 못하게 되었습니다. 마이의 업무는 현재 남이 임시적으로 담당하고 있습니다. 그러나 남은 회사에 막 입사해서 업무 능력이 여전히 부족하며 업무에 아직 익숙하지 않습니다. 비록 마이는 회사에 올 수는 없지만 전화로 업무 안내를 하며 남을 돕습니다. 그 덕분에 남은 업무를 잘 완수했습니다.

듣기 쓰기 연습

1 🎧 04-4

Nam Chị Mai ơi! Trông chị không vui. Ai làm chị giận thế?
Mai Con gái tôi. Nó học đã kém lại còn không chăm chỉ. Tôi đành phải cho con bé đi học thêm ở trung tâm đấy, anh Nam ạ.
Nam Con chị học lớp mấy?
Mai Nó đang học lớp một.
Nam Lớp một á? Thế thì vẫn còn nhỏ mà. Dù sao thì chị cũng đừng lo lắng quá. Rồi dần dần con bé sẽ chăm chỉ hơn thôi.

남 마이 씨! 기분이 좀 안 좋아 보이네요. 누가 당신을 화나게 만들었어요?
마이 제 딸이요. 걔는 공부도 못 하는데 열심히도 안 해요. 저는 어쩔 수 없이 학원에서 공부를 더 시켜야 해요.
남 딸이 몇 학년이죠?
마이 1학년이에요.
남 1학년이라고요? 그러면 아직 어리잖아요. 어쨌든 너무 걱정하지 말아요. 딸도 점점 더 열심히 할 거예요.

(1) 마이의 딸은 공부를 잘합니다. (X)
(2) 남은 마이를 화나게 만들었습니다. (X)
(3) 마이의 딸은 학원에서 과외를 받고 있습니다. (O)

2

(1) Tôi đành phải gặp anh ấy vào cuối tuần.
    나는 어쩔 수 없이 주말에 그를 만나야 해요.
(2) Sự kiện đó làm cho tôi ngạc nhiên.
    그 사건은 나를 놀라게 만들었어요.
(3) Dù sao tất cả đều sẽ ổn thôi.
    어쨌든 모두 다 잘 될 거예요.
(4) Mắt của cô ấy rất kém nên không nhận ra tôi.
    그녀의 눈이 너무 나빠서 나를 알아보지 못해요.

독해 연습

(1) 나는 집에 지갑을 두고 와서 어쩔 수 없이 집에 돌아가야만 합니다.
(2) 그 이야기는 나를 화나게 만들었어요.
(3) 내가 모든 사람들을 당황하게 만들었어요.
(4) 어쨌든 내일 나에게 전화해 줘.
(5) 제 베트남어는 아직도 서툽니다.

Bài 5

말하기 연습

(1) ② (2) ① (3) ③ (4) ④

〈보기〉
① ~인 줄 알았다   ② 계속 ~ 하는데도 ~하지 않다
③ 무슨 수를 써서라도 ④ ~을 다시 하다

🎧 05-3

Mai Tuần sau có cuộc họp quan trọng. Anh chuẩn bị tài liệu phát biểu đến đâu rồi?

Nam　Tôi vẫn đang chuẩn bị nhưng báo cáo về doanh thu thì tôi đọc mãi mà không hiểu.

Mai　Anh hỏi thử anh Park trưởng phòng kinh doanh đi. Anh ấy sẽ giúp anh.

Nam　Tôi tưởng anh Park đang nghỉ phép.

Mai　Không. Anh Park vẫn đi làm. Tuần sau anh ấy mới nghỉ phép. Anh hỏi anh Park ngay đi nhé. Buổi họp tuần sau rất quan trọng. Bằng mọi giá công ty chúng ta phải kí được hợp đồng này.

Nam　Vâng, tôi biết rồi. Tôi sẽ hỏi anh Park ngay. Cảm ơn chị nhiều.

Mai　Nếu còn vấn đề gì khác mà anh không hiểu thì anh cứ hỏi lại nhé.

Nam　Vâng ạ.

마이　다음 주에 중요한 회의가 있어요. 발표할 자료 준비는 어디까지 되었나요?

남　아직 준비 중입니다만 매출에 관한 보고서는 아무리 읽어도 이해가 안 됩니다.

마이　경영팀장인 박 씨에게 물어보세요. 그가 당신을 도와줄 거예요.

남　나는 박 씨가 휴가 중인 줄 알았는데요.

마이　아니요. 박 씨는 여전히 회사에 출근해요. 다음 주에 그는 쉴 거예요. 박 씨에게 바로 물어보세요. 다음 주 회의는 정말 중요해요. 무슨 수를 써서라도 우리 회사는 이 계약을 체결해야 합니다.

남　네, 알겠습니다. 박 씨에게 바로 물어볼게요. 정말 감사합니다.

마이　만약 당신이 이해하지 못하는 다른 문제가 있으면 계속해서 다시 물어보세요.

남　네 그럴게요.

듣기 쓰기 연습

1 🎧 05-4

Mai　Anh Nam ơi, anh đang ở đâu đấy?

Nam　Tôi đang ở trên xe taxi. Lúc nãy tôi chờ mãi mà xe buýt không tới nên đành phải đi taxi. Chị chờ tôi một lát nhé.

Mai　Khoảng mấy giờ anh đến nơi? Bằng mọi giá anh phải đến trước 10 giờ nhé.

Nam　Tôi tưởng chương trình bắt đầu lúc 11 giờ.

Mai　À, tôi xin lỗi vì đã không thông báo lại với anh. Thời gian bắt đầu chương trình đã bị thay đổi sang 10 giờ rồi, anh nhé.

Nam　Vậy à? Được rồi. Tôi đang cố gắng đi nhanh rồi đây.

마이　남 씨, 어디에 있어요?

남　나는 택시 안이에요. 아까는 계속 기다렸는데 버스가 안 와서 택시를 타야 했어요. 조금만 기다려 주세요.

마이　대략 몇 시쯤에 도착할까요? 무슨 수를 써서라도 당신은 10시 전에 와야만 해요.

남　나는 프로그램이 11시에 시작하는 줄 알았어요.

마이　다시 말씀드리지 못해서 죄송해요. 프로그램 시작 시간이 10시로 변경되었습니다.

남　그래요? 알겠습니다. 빨리 가 볼게요.

(1) 남은 택시 안에 있습니다. (O)

(2) 남은 버스가 오지 않아서 어쩔 수 없이 택시를 타야 했습니다. (O)

(3) 무슨 수를 써서라도 남은 11시 전에 장소에 도착해야만 합니다. (X)

(4) 마이는 변경된 프로그램 시간을 남에게 다시 알렸습니다. (X)

정답 1~13과 연습문제

2

(1) Tôi bật mãi mà máy tính không lên.
컴퓨터를 계속 켰는데도 안 켜져요.
(2) Tôi tưởng ngày mai tôi đi công tác nhưng hóa ra là ngày kia.
/ Tôi tưởng ngày kia tôi đi công tác nhưng hóa ra là ngày mai.
나는 내일 출장 가는 줄 알았는데 모레였어요.
/ 나는 모레 출장 가는 줄 알았는데 내일이었어요.
(3) Tôi muốn hoàn thành việc này trong hôm nay bằng mọi giá.
나는 무슨 수를 써서라도 오늘 안에 이 일을 완성하고 싶습니다.
(4) Ngày mai tôi phải làm lại báo cáo.
내일 나는 보고서를 다시 작성해야 합니다.

독해 연습

(1) 나는 이번 시험에 떨어져서 내년에 다시 시험을 봐야 합니다.
(2) 그는 베트남 음식을 좋아하지만 나는 한국 음식을 좋아합니다.
(3) 나는 여러 번 말하고 또 말했지만 그는 여전히 이해하지 못합니다.
(4) 무슨 수를 써서라도 올해 안에 나는 집을 사야만 합니다.
(5) 나는 그녀가 한국인인 줄 알았는데 알고 보니 아니더군요.

Bài 6

말하기 연습

(1) ③ (2) ① (3) ① (4) ④ (5) ②

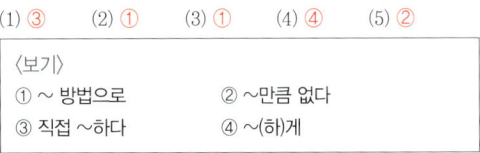

🎧 06-3

Mai Anh đã tìm được nhà chưa?
Nam Tôi chưa. Tôi đã thử tự tìm lấy nhưng không có. Tìm nhà khó quá. Chị có thể giúp tôi được không?
Mai Anh tìm bằng cách nào?
Nam Tôi đã thử tìm bằng cách lên các app bất động sản. Ngoài ra, tôi còn hỏi mọi người xung quanh nữa.
Mai Tôi nghĩ anh nên đến các trung tâm môi giới bất động sản cho nó nhanh và an toàn. Khi tìm nhà thì không có cách nào tiện lợi bằng đến thẳng trung tâm môi giới bất động sản đâu.
Nam Vậy à? Vậy tôi phải đi thử ngay. Cảm ơn chị nhiều.

마이 집을 찾았어요?
남 아직이요. 직접 찾아봤지만 없어요. 집 찾는 게 너무 어려워요. 나를 좀 도와줄 수 있나요?
마이 어떤 방법으로 찾나요?
남 부동산 앱을 이용하는 방법으로 집을 찾아봤어요. 그 외에도 모든 주변인들에게 물어봤어요.
마이 내 생각에 당신은 안전하고 빠른 부동산 중개소를 가는 게 좋을 것 같아요. 집을 찾을 때 부동산 중개소를 가는 것만큼 편리한 방법은 그 어떤 것도 없어요.
남 그래요? 그럼 나도 바로 가볼게요. 정말 고마워요.

듣기 쓰기 연습

1 🎧 06-4

(1)

Mai Anh Nam, lần này anh định điều tra thị trường như thế nào?
Nam Tôi định sẽ làm bằng cách làm bảng khảo sát và phỏng vấn.

Mai   Uhm, anh có kế hoạch nào khác không?
Nam Không có cách nào nhanh bằng cách này đâu ạ.

마이 남 씨, 이번에 당신은 어떻게 시장 조사를 할 예정인가요?
남 설문 조사표를 만들고 인터뷰하는 방법으로 진행할 예정입니다.
마이 음, 또 다른 계획이 있을까요?
남 이 방법만큼 빨리할 수 있는 방법은 없습니다.

(2)

Giám đốc Mai, em nhớ làm báo cáo cho chi tiết nhé. Đối tác lần này rất quan trọng.
Mai Dạ vâng ạ. Em đã chuẩn bị xong rồi ạ.
Giám đốc Ừ, ở công ty này không ai giỏi bằng em. Anh rất tin tưởng em.

사장 마이, 자세하게 보고하는 거 잊지 말아요. 이번 파트너는 정말 중요해요.
마이 네. 저는 이미 준비를 마쳤어요.
사장 그래요, 이 회사에서 당신만큼 잘하는 사람은 아무도 없어요. 당신을 믿어요.

(3)

Nam Chị Mai, hôm nay chúng ta đi uống rượu đi.
Mai Hôm nay á? Hôm nay thì hơi khó. Nếu uống rượu thì tôi không tự lái xe về nhà được.
Nam Vậy gửi xe ở công ty rồi lát nữa đi taxi về là được mà.
Mai Ừ, vậy cũng được.

남 마이 씨, 오늘 우리 술 마시러 가요.
마이 오늘이요? 오늘은 조금 어려워요. 만약 술을 마시면 나는 직접 운전해서 집에 갈 수가 없어요.
남 그러면 회사에 차를 두고 나중에 택시를 타고 가면 되잖아요.
마이 네, 그것도 괜찮겠네요.

(1) 남은 설문 조사와 인터뷰하는 방법으로 시장 조사를 하지 않을 것입니다. (X)
(2) 마이는 회사에서 제일 뛰어난 사람입니다. (O)
(3) 남은 마이와 술을 마시러 갈 것입니다. (O)

2 🎧 06-5

Nam Chị Yến ơi! Em có thể phỏng vấn chị một chút được không ạ?
Yến Được. Em hỏi đi.
Nam Công ty em đang làm khảo sát về mức độ yêu thích thực phẩm chức năng Hàn Quốc của người Việt Nam. Bình thường chị có hay uống thực phẩm chức năng không ạ?
Yến Chị không hay uống lắm.
Nam Vậy xung quanh chị có ai hay dùng thực phẩm chức năng không ạ?
Yến Chồng chị thì hay uống. Anh ấy nói phải thường xuyên uống vitamin cho khoẻ. Nếu không uống thì sẽ không làm được việc.
Nam Vậy chị mua cho anh uống ạ? Hay anh tự mua ạ?
Yến Chồng chị tự mua lấy. Còn chị thì không uống nên không mua. Chị nghĩ không có cách nào giữ sức khoẻ tốt bằng việc tập thể dục thường xuyên.
Nam Em cảm ơn chị. Cảm ơn chị đã dành thời gian phỏng vấn với em.

정답 1~13과 연습문제

남 이엔 누나! 제가 잠시 인터뷰 좀 해도 될까요?
이엔 그럼. 물어보렴.
남 우리 회사는 베트남인의 한국기능식품 선호도에 대해 조사하고 있어요. 평소에 누나는 기능식품을 자주 드시나요?
이엔 나는 잘 안 먹어.
남 그러면 누나 주변에 기능식품을 잘 챙겨 먹는 사람이 있나요?
이엔 내 남편이 자주 먹어. 그는 건강하려면 비타민을 항상 챙겨 먹어야 한다고 말해. 만약 안 먹으면 일을 할 수 없을 거래.
남 그러면 누나가 남편이 먹게 사다 주나요? 아니면 남편이 직접 사나요?
이엔 남편이 직접 사. 그리고 나는 안 먹어서 안 사. 나는 운동을 꾸준히 하는 것만큼 좋은 방법은 없다고 생각해.
남 고마워요 누나. 인터뷰 시간 내주셔서 감사해요.

(1) 이엔의 남편은 건강을 위해 항상 비타민을 복용합니다. (O)
(2) 이엔은 남편이 먹을 비타민을 사다 줍니다. (X)
(3) 이엔에 따르면, 건강을 유지하는 가장 좋은 방법은 운동입니다. (O)

독해 연습

저는 베트남인 투입니다. 저는 한국어를 공부한 지 6개월이 되었습니다. 저는 학원을 다니지 않고 주로 집에서 독학합니다. 저는 TV 예능 프로그램들과 영화를 통해 한국어 발음법과 어휘를 학습합니다. 그 외에도 한국어를 듣고 말하는 연습을 하기 위해 한국인 친구들을 사귀기도 합니다. 제 생각에는 듣고 말하는 능력을 향상시키기 위해서는 원어민과 이야기를 하는 방법만큼 좋은 방법은 없습니다. 그리고 문법의 경우, 한국어를 쓸 때 실수하지 않도록 확실하게 기본 문법을 공부할 필요가 있다고 저는 생각합니다. 저 역시 한국어 읽기 연습을 위해 많은 책을 읽습니다.

Bài 7

말하기 연습

(1) ④   (2) ③   (3) ②   (4) ①

〈보기〉
① 작게는 ~ 크게는   ② 어떻게 ~하다
③ ~해 보세요   ④ ~이 되다

🎧 07-3

Park Mục tiêu của tôi năm nay là công ty chúng ta sẽ trở thành tập đoàn số 1 trong lĩnh vực bán lẻ. Các anh chị hãy nói ý kiến thử xem.
Mai Tôi nghĩ để đạt được mục tiêu năm nay thì công ty chúng ta nên tăng số cửa hàng từ 100 lên 150 cửa hàng.
Park Làm sao mà công ty chúng ta có thể làm được điều này trong một năm?
Mai Tôi đã tính toán rồi ạ. Chúng ta chỉ cần đầu tư thêm 15% chi phí nhưng sẽ tạo ra lợi nhuận 55%. Tôi nói riêng và các nhân viên khác trong công ty nói chung sẽ cố gắng hết sức ạ.
Park Được. Tôi tin tưởng chị. Cố gắng nhé.

박 씨 올해 나의 목표는 우리 회사가 소매업에서 1위 기업이 되는 것입니다. 의견을 말해 보세요.
마이 저는 우리 회사가 올해 목표 달성을 위해서는 점포를 100개에서 150개로 늘려야 한다고 생각합니다.
박 씨 어떻게 우리 회사가 1년 안에 이런 일을 할 수 있을까요?
마이 제가 미리 계산해 봤어요. 우리는 15%의 비용만 더 투자해도 55%의 이윤 창출이 있을 거예요. 작게는 저뿐만 아니라 크게는 회사 내 다른 직원들도 최선을 다하도록 하겠습니다.
박 씨 좋아요. 난 당신을 믿어요. 노력해 보세요.

듣기 쓰기 연습

1 🎧 07-4

(1)

Mina: Anh Nam ơi, chúc mừng anh đã xin được việc.
Nam: Chúc mừng gì chứ. Anh vẫn chỉ là nhân viên hợp đồng thôi.
Mina: 1 năm sau là anh sẽ trở thành nhân viên chính thức mà.

민아: 남 씨, 취업한 거 축하해요.
남: 축하는 뭘. 나는 여전히 계약직 직원일 뿐이에요.
민아: 1년 후에 당신은 정직원이 될 거잖아요.

(2)

Mina: Mùa đông năm nay Hà Nội có lạnh không?
Nam: Anh nghe nói là toàn miền Bắc sẽ rất lạnh. Nhưng riêng Hà Nội thì thời tiết lại ấm áp.
Mina: May quá, em phải ra Hà Nội chơi mới được.

민아: 올해 하노이 겨울은 춥나요?
남: 북부 전체가 굉장히 추워질 거라고 들었어요. 그런데 하노이만 날씨가 따뜻해요.
민아: 너무 다행이네요. 나는 하노이로 놀러 가야겠어요.

(3)

Nam: Lâu lắm mới gặp chị Lan. Dạo này chị ấy khác quá.
Mina: Đúng rồi. Em cũng gặp chị ấy hôm qua. Chị ấy càng ngày càng xinh.
Nam: Ừ, anh đã rất ngạc nhiên.

남: 오랜만에 란 씨를 만났어요. 요즘 그녀가 너무 달라졌어요.
민아: 맞아요, 나도 어제 그녀를 만났어요. 그녀는 갈수록 점점 예뻐져요.
남: 응, 정말 놀랐어요.

(1) 남은 정직원이 되었습니다. (X)
(2) 올해 겨울은 작게는 하노이 크게는 북부 전체가 정말 추워질 것입니다. (X)
(3) 란은 날이 갈수록 더 예뻐지고 있습니다. (O)

2

(1) Thời tiết Hàn Quốc dần trở nên lạnh hơn.
한국 날씨는 날이 갈수록 점점 더 추워집니다.
(2) Làm sao mà anh có thể thức dậy sớm như vậy?
어떻게 당신은 그렇게 일찍 일어날 수 있나요?
(3) Anh hỏi lại thử xem có đúng không.
맞는지 아닌지 당신이 물어보세요.
(4) Soju nói riêng và đồ uống có cồn nói chung không tốt cho sức khoẻ.
작게는 소주 크게는 알코올이 있는 음료는 건강에 좋지 않습니다.

독해 연습

(1) 나는 외교관이 되고 싶어요.
(2) 작게는 베트남 크게는 동남아시아는 빠른 속도로 성장하고 있어요.
(3) 이 옷을 입어 보세요.
(4) 이 음식 너무 맛없어. 어떻게 내가 먹을 수 있겠어?
(5) 5월부터, 날씨가 더워질 것입니다.

정답 1~13과 연습문제

Bài 8

말하기 연습

(1) ④   (2) ②   (3) ③   (4) ①

〈보기〉
① ~하기 전에   ② (하마터면) ~할 뻔하다
③ ~하지 않도록   ④ 다 ~하다

🎧 08-3

Mina Anh đã mua vé xem phim chưa? Phim này rất được yêu thích nên nếu không mua trước thì không có chỗ đâu.
Nam   Anh đã mua **xong** từ cách đây một tuần rồi. May quá, **suýt nữa thì** không xem được một bộ phim hay.
Mina Thật may quá. Lịch chiếu phim thế nào đấy anh?
Nam   9 giờ tối nay. Em chuẩn bị đi **kẻo** muộn.
Mina Vâng ạ. Mình có mặt **trước khi** phim bắt đầu 10 phút là được anh nhỉ?
Nam   Đúng rồi. 8 giờ 30 anh sẽ qua đón em.

민아 영화표 샀어요? 이 영화는 정말 인기가 많아서 표를 미리 안 사면 자리가 하나도 없어요.
남   다행히도 일주일 전에 표를 미리 구매했어요. 하마터면 이 영화를 못 볼 뻔했네요.
민아 정말 다행이에요. 영화 일정이 어떻게 돼요?
남   오늘 저녁 9시예요. 늦지 않도록 갈 준비해요.
민아 네. 우리 영화 시작 10분 전에 도착하면 되죠?
남   맞아요. 8시 30분에 당신을 데리러 갈게요.

듣기 쓰기 연습

1 🎧 08-4

Mina Nam, anh đã chuẩn bị xong chưa? Chúng mình xuất phát thôi.
Nam   Đợi anh một lát. Sắp xong rồi. Em đã chuẩn bị xong chưa?
Mina Em xong từ lúc nãy rồi. Anh nhanh lên kẻo muộn.
Nam   Vẫn còn thời gian mà. Một tiếng nữa xe mới xuất phát.
Mina Từ đây đi đến bến xe mất 30 phút đấy. Hôm nay cuối tuần còn tắc đường nữa. Năm ngoái cũng tại anh mà suýt nữa thì chúng mình bị trễ máy bay và không đi du lịch được.
Nam   Trong khi anh chuẩn bị thì em gọi taxi trước đi.
      Taxi đến thì chúng mình xuất phát luôn.

민아 남 씨, 준비 다 했나요? 우리 출발해요.
남   조금만 기다려줘요. 곧 끝나요.
      당신은 준비 다 했어요?
민아 저는 조금 전에 끝났어요. 늦지 않게 서둘러요.
남   시간 아직 남았잖아요. 차는 한 시간 후에 출발해요.
민아 여기서부터 터미널까지 30분 정도 걸리잖아요. 게다가 오늘은 주말이라 차도 막힐 거예요. 작년에도 당신 때문에 비행기를 놓쳐서 못 갈 뻔했잖아요.
남   내가 준비하는 동안 당신은 택시를 먼저 불러요. 택시 오면 바로 출발합시다.

(1) 남은 아직 준비가 안 됐습니다. (O)
(2) 작년에 민아와 남은 비행기 시간에 늦어서 여행을 갈 수 없었습니다. (X)
(3) 민아는 택시를 불렀습니다. (X)

2

(1) Tôi thường tập thể dục sau khi tan làm.
퇴근 후에 나는 보통 운동을 합니다.
(2) Vì tôi không học chăm chỉ nên suýt nữa thì thi trượt.
공부를 열심히 안 했기 때문에 나는 시험에 떨어질 뻔했어요.
(3) Anh đã quyết định xong chưa?
당신은 결정을 마쳤나요?
(4) Con ngủ sớm đi kẻo ngày mai dậy muộn.
내일 늦게 일어나지 않도록 일찍 자거라.

독해 연습

(1) 당신은 보고서를 다 만들었어요?
(2) 저는 슬플 때마다, 정말 많이 먹어요.
(3) 길이 너무 미끄러워서 나는 넘어질 뻔했어요.
(4) 버스를 놓치지 않도록 빨리 가세요.
(5) 감기에 걸리지 않도록 따뜻하게 입어요.

Bài

말하기 연습

(1) ① (2) ④ (3) ② (4) ③

〈보기〉
① (날이) 갈수록 ~하다 ② ~한 이유는 무엇인가요?
③ ~한 것이 아닐까요? ④ ~하지 않는 것이 이상하다

🎧 09-3

Nam Hôm qua tôi đã cùng Tùng đi hát karaoke. Cậu ấy hát ngày một hay!
Mai Tôi thấy ngày nào cậu ấy cũng tới phòng karaoke để luyện hát một mình. Cậu ấy chăm chỉ thế thì không hát hay mới là lạ.
Nam Lý do gì mà cậu ấy lại muốn trở thành ca sĩ nhỉ?
Mai Phải chăng cậu ấy muốn trở thành người nổi tiếng?
Nam Cũng có thể.

남 어제 나는 뚱과 함께 노래방에 갔어요. 그 애는 날이 갈수록 점점 노래를 잘해요.
마이 내 생각에 그 친구는 혼자 노래를 연습하려고 매일 노래방에 가는 것 같았어요. 그렇게 열심히 하는데 노래를 못하는 게 이상하죠.
남 그 친구가 가수가 되길 원하는 이유는 무엇일까요?
마이 그 애는 유명한 사람이 되길 원하는 것이 아닐까요?
남 그럴 수도 있겠네요.

듣기 쓰기 연습

1 🎧 09-4

Nam Mina ơi, anh thấy em ngày một gầy đấy. Lý do là gì vậy?
Mina Em cũng không biết. Chắc là tại dạo này công việc ngày một nhiều ạ.
Nam Anh thấy dạo này em hay bỏ bữa quá. Em cứ như vậy thì không gầy mới là lạ.
Mina Vậy mà em còn nghĩ mình béo và đang định giảm cân.
Nam Béo gì mà béo. Em cần ăn nhiều hơn và bổ sung thêm vitamin nữa nhé.
Mina Vâng ạ. Em cảm ơn anh.

정답 1~13과 연습문제

남 민아 씨, 날이 갈수록 점점 말라가는 것 같아요. 이유가 뭐예요?
민아 저도 모르겠어요. 아마도 요즘 갈수록 점점 일이 많아져서 그런가 봐요.
남 요즘 너무 자주 끼니를 거르는 것 같아요. 그렇게 하는데 마르지 않는 게 이상하죠.
민아 그래도 저는 여전히 뚱뚱하다는 생각이 들어서 살을 빼려고요.
남 뚱뚱하긴 뭐가 뚱뚱해요. 더 많이 먹고 비타민을 더 보충해야 해요.
민아 네. 고마워요 오빠.

(1) 민아가 마른 이유는 끼니를 자주 거르기 때문입니다. (O)
(2) 남에 따르면, 민아는 뚱뚱하지 않습니다. (O)
(3) 남에 따르면, 민아는 더 많이 먹고 비타민을 보충해야 합니다. (O)

2

(1) Diễn viên đó đang ngày một nổi tiếng.
    그 배우는 날이 갈수록 유명해지고 있어요.
(2) Lý do gì anh phải chuyển nhà?
    당신이 이사를 해야 하는 이유는 무엇인가요?
(3) Em ăn ít thế này, không gầy đi mới là lạ.
    네가 이렇게 조금 먹는데 안 마르면 이상하지.
(4) Phải chăng là chị ấy đã li hôn?
    그녀가 이혼을 한 것이 아닐까요?

독해 연습

(1) 연습을 열심히 한 덕분에 그는 날이 갈수록 춤을 잘 춥니다.
(2) 그가 일을 그만둔 이유는 무엇인가요?
(3) 그녀는 가수라서 그렇게 노래를 잘하는 것이 아닐까요?
(4) 그 애는 밤에 라면을 먹었으니 얼굴이 안 붓는 게 이상하죠.
(5) 당신이 베트남에서 살고 싶은 이유는 무엇인가요?

Bài 10

말하기 연습

(1) ③   (2) ④   (3) ②   (4) ①

〈보기〉
① ~든지   ② ~ 때문에 ~하다
③ ~ 생각에는   ④ ~에 따라 ~하다

🎧 10-3

Người môi giới Giữa phòng này và phòng ban nãy, anh định chọn phòng nào?
Park Theo chị thì sao? Tôi cũng không biết nữa. Khó chọn quá.
Người môi giới Tuỳ theo nhu cầu của anh. Anh thuê phòng để ở lâu dài hay ngắn hạn?
Park Tôi dự định sống ở Việt Nam trong vòng 1 năm.
Người môi giới Vậy theo tôi, anh nên thuê nhà này. Giá thì hơi đắt hơn nhà ban nãy một chút. Sở dĩ nhà này đắt là vì nó ở khu vực nhiều người Hàn sinh sống, rất an toàn và tiện lợi.
Park Vậy ạ? Cảm ơn chị nhiều. Tôi sẽ suy nghĩ và liên lạc với chị.
Người môi giới Vâng. Anh cứ liên lạc với tôi bất cứ lúc nào nhé.

중개인 이 방이랑 아까 그 방 중에서 당신은 어떤 방을 선택할 건가요?
박 씨 당신 생각은 어때요? 나도 잘 모르겠어요. 고르기 너무 어렵네요.
중개인 당신 필요에 따라 고를게요. 당신은 단기간 머무를 방을 빌리나요 아니면 장기로 머무를 방을 빌리나요?
박 씨 나는 1년 동안 베트남에서 살 예정이에요.

중개인	그러면 내 생각에는 이 집을 빌리는 게 좋을 것 같아요. 가격은 조금 전 집보다는 좀 더 비싸요. 이 집이 비싼 이유는 집이 한국인이 많이 생활하고 있는 구역에 있어서 정말 안전하고 편리하기 때문이에요.
박 씨	그래요? 정말 감사해요. 고민해 보고 당신에게 연락할게요.
중개인	네. 언제든지 나에게 연락 주세요.

듣기 쓰기 연습

1 🎧 10-4

(1)

Mai	Anh Nam ơi, giữa tiếng Hàn và tiếng Trung, theo anh tôi nên học tiếng nào?
Nam	Tiếng Hàn chứ. Bây giờ tiếng Hàn đang là xu hướng mà.

마이	남 씨, 한국어와 중국어 중에 당신 생각에는 제가 어떤 언어를 배우는 것이 좋을까요?
남	한국어죠. 지금 한국어가 대세잖아요.

(2)

Mai	Lý do anh đến muộn là gì?
Nam	Tối hôm qua tôi ngủ muộn quá. Tôi xin lỗi.
Mai	Đáng ra anh phải ngủ sớm chứ. Hôm nay có cuộc hẹn quan trọng mà.

마이	당신이 늦게 온 이유는 무엇인가요?
남	어제저녁에 너무 늦게 잤어요. 미안해요.
마이	일찍 잤어야죠. 오늘 중요한 약속이 있잖아요.

(3)

Mai	Ai có thể tham dự sự kiện này?
Nam	Bất cứ ai cũng có thể tham dự sự kiện này.

마이	누가 이 행사에 참여할 수 있나요?
남	누구라도 이 행사에 참여할 수 있습니다.

(1) 남은 마이에게 중국어를 배우라고 권유했습니다. (X)
(2) 남은 오늘 중요한 약속이 있기 때문에 일찍 왔습니다. (X)
(3) 모든 사람들이 이 행사에 참여할 수 있습니다. (O)

2

(1) Giữa bố mẹ và tôi có rất nhiều xung đột.
 / Có rất nhiều xung đột giữa bố mẹ và tôi.
 부모님과 저 사이에는 많은 갈등이 있어요.
(2) Theo dự báo thời tiết thì hôm nay trời sẽ mưa.
 일기예보에 따르면 오늘 비가 올 거예요.
(3) Sở dĩ tôi thi đỗ là vì học chăm chỉ.
 내가 시험에 합격한 이유는 열심히 공부했기 때문입니다.
(4) Tôi thích bất cứ món ăn gì.
 어떤 음식이든지 나는 좋습니다.

독해 연습

(1) 겨울과 여름 중에 당신은 어떤 계절을 더 좋아하나요?
(2) 회사 공지에 따르면, 내일은 회사 전 직원이 쉽니다.
(3) 내가 이 회사에 취업한 이유는 다른 회사들 보다 급여가 높기 때문입니다.
(4) 누구든지 술을 마시고 운전하면 처벌을 받습니다.
(5) 수량에 따라 가격은 달라집니다.

정답 1~13과 연습문제

Bài 11

말하기 연습

(1) ③ (2) ② (3) ④ (4) ①

〈보기〉
① ~하는 데다가 ~도 하다
② 꽤
③ ~을 잘못하다
④ 더 ~하다

🎧 11-3

Mai Nam, anh có sao không? Tôi thấy anh có vẻ mệt.
Nam Hình như hôm qua tôi ăn **nhầm** cái gì rồi. Tôi nghĩ là tôi bị ngộ độc thức ăn.
Mai Ôi, vậy anh nên đến bệnh viện ngay.
Nam Tôi đã uống thuốc rồi. Một lát nữa nếu không đỡ tôi sẽ đến bệnh viện.
Mai Vâng. Ngộ độc thức ăn là bệnh **khá** nguy hiểm.
Anh nên uống **thêm** nhiều nước ấm nhé. Hôm nay anh còn có cuộc họp quan trọng nữa đúng không? Anh cố gắng nhé.
Nam Cảm ơn chị. Hôm nay **đã** mệt **lại còn** nhiều việc.

마이 남 씨, 무슨 일 있어요? 조금 피곤해 보여요.
남 어제 뭘 잘못 먹었나 봐요. 내 생각에는 식중독에 걸린 것 같아요.
마이 아, 그러면 바로 병원에 가봐요.
남 약은 먹었어요. 조금 더 있다가 괜찮아지지 않으면 병원에 갈게요.
마이 네. 식중독은 꽤 위험한 병이에요.
따뜻한 물을 좀 더 마셔요. 오늘 또 중요한 회의가 있으시죠? 힘내세요.
남 고마워요. 오늘은 피곤한 데다가 일도 많네요.

듣기 쓰기 연습

1 🎧 11-4

Tôi là Dong-min. Đây là lần đầu tiên tôi đi du lịch Việt Nam. Việt Nam hơi nóng nhưng phong cảnh thì cực kì đẹp và món ăn thì đã rẻ lại còn ngon tuyệt. Khi đi du lịch ở Việt Nam thì tôi di chuyển bằng taxi và đi bộ. Tuy thỉnh thoảng tôi đi nhầm đường nhưng người dân Việt Nam thật thân thiện, họ chỉ đường cho tôi rất nhiệt tình. Cho nên tôi không gặp khó khăn nhiều. Tôi muốn đến Việt Nam thêm một lần nữa để được đi du lịch nhiều địa điểm hơn nữa ở Việt Nam.

나는 동민입니다. 이번에 처음으로 베트남 여행을 갑니다. 베트남은 조금 덥지만 풍경이 굉장히 아름답고 음식은 저렴한 데다가 정말 맛있습니다. 베트남에서 여행할 때면 나는 도보나 택시로 다닙니다. 가끔 길을 잘못 들 때도 있지만 베트남 사람들이 너무 친절해서, 그들은 아주 적극적으로 길을 알려줍니다. 그래서 나는 어려움이 많이 없었습니다. 나는 베트남에 있는 더 많은 곳들을 여행하기 위해 한 번 더 베트남에 가고 싶습니다.

(1) 동민에 따르면, 베트남 음식은 저렴하기만 할 뿐 맛은 없습니다. (X)
(2) 동민은 베트남에서 길을 잘못 든 적이 한 번도 없습니다. (X)
(3) 동민은 베트남에 한 번 더 가길 원합니다. (O)
(4) 동민에 따르면, 베트남은 매우 덥습니다. (X)

2

(1) Món ăn này ngon nhưng hơi cay.
이 음식은 맛있지만 약간 매워요.
(2) Tôi không thể cố gắng thêm nữa.
저는 더 이상 노력할 수 없어요.
(3) Thời tiết đã nóng lại còn ẩm.
날씨가 더운 데다가 습하기까지 해요.
(4) Cô ấy đi nhầm đường nên đến muộn.
그녀는 길을 잘못 들어서 늦게 도착했습니다.

독해 연습

(1) 그는 약간 작은 키지만 성격이 정말 좋습니다.
(2) 나에게 좀 더 설명해 줄 수 있나요?
(3) 당신은 내 신발을 잘못 신었어요.
(4) 내 여동생은 공부를 잘하는 데다가 겸손하기까지 해요.
(5) 오늘 날씨는 꽤 덥습니다.

Bài 12

말하기 연습

(1) ②   (2) ④   (3) ③   (4) ①

〈보기〉
① ~ 덕분에   ② ~해 버리다
③ ~하게 두다   ④ 대신에 ~

🎧 12-3

Nam Tuần sau chúng ta đi du lịch Đà Nẵng rồi đấy. Em đã đặt khách sạn chưa?
Mina Ôi, em quên **mất** rồi. Làm thế nào bây giờ?
Nam Bây giờ đang là mùa cao điểm nên anh nghĩ tìm phòng sẽ rất khó đấy. **Thay vì** thuê khách sạn thì theo anh nên thuê dạng căn hộ ngắn hạn. Anh có người quen ở Đà Nẵng và anh ấy biết rất rõ. **Để** anh hỏi anh ấy.
Mina Vậy may quá. **Nhờ có** anh mà mọi việc được giải quyết rồi. Cảm ơn anh.

남 다음 주에 우리 다낭 여행 가잖아요. 당신은 호텔을 예약했어요?
민아 오, 잊어버렸네요. 이제 어떻게 해야 하죠?
남 지금이 성수기라서 내 생각에는 방을 찾는 게 정말 어려울 거예요. 호텔 대신에 단기 아파트를 빌리는 것도 좋을 것 같아요.
내가 다낭에 아는 사람이 있는데 그가 잘 알 거예요. 내가 그 사람에게 물어볼게요(직역: 내가 그 사람에게 묻게 둬요).
민아 그럼 정말 다행이에요. 당신 덕분에 모든 일이 잘 해결되었네요. 고마워요.

듣기 쓰기 연습

1 🎧 12-4

(1)
Nam Mina ơi, cái bánh này có ăn được không?
Mina Cái bánh ấy hết hạn sử dụng nên hỏng mất rồi.

남 민아 씨, 이 빵 먹을 수 있어요?
민아 그 빵은 유통기한이 다 되어서 상해 버렸어요.

(2)
Nam Em để điện thoại của anh ở đâu đấy? Anh tìm mãi không thấy.
Mina Em để ở phòng làm việc của anh đó. Anh tìm thử xem.

남 내 전화기를 어디에 둔 거예요? 계속 찾았는데 안 보여요.
민아 당신 작업실에 뒀어요. 찾아보세요.

(3)
Nam Anh nên đi taxi hay đi xe máy bây giờ nhỉ?
Mina Em thấy trời sắp mưa to rồi đấy ạ. Nguy hiểm lắm.

남 지금 택시를 타고 가는 게 좋을까요 아니면 오토바이를 타고 가는 게 좋을까요?
민아 제 생각에는 곧 비가 많이 올 것 같아요. 너무 위험해요.

정답 1~13과 연습문제

(1) 그는 그 빵을 먹습니다. (　)
　　그는 그 빵을 먹지 않습니다. (O)

(2) 그는 전화를 찾으러 작업실에 들어갑니다. (O)
　　그는 친구에게 전화를 겁니다. (　)

(3) 그는 오토바이 대신에 택시를 탑니다. (O)
　　그는 택시 대신에 오토바이를 탑니다. (　)

2

(1) Tôi yêu anh ấy mất rồi.
　　나는 그를 사랑하게 돼버렸어요.
(2) Công việc này vất vả nhưng thay vào đó lương cao.
　　이 일은 힘들지만 대신에 급여가 높아요.
(3) Tôi làm việc chăm chỉ để kiếm nhiều tiền.
　　나는 돈을 많이 벌기 위해 열심히 일합니다.
(4) Nhờ có cô ấy mà tôi mới tìm được đường.
　　그녀가 있는 덕분에 내가 길을 찾을 수 있었어요.

독해 연습

(1) 나는 이번 공무원 시험에 떨어져 버렸어요.
(2) 당신이 올 필요는 없지만 대신 스스로 준비해야 합니다.
(3) 베트남어를 공부한 덕분에 베트남 문화에 대해 더 이해할 수 있게 되었어요.
(4) 저는 종종 차에 향수를 두곤 해요.
(5) 제가 먼저 계산할게요.
　　(직역: 제가 먼저 계산하게 두세요.)

Bài 13

말하기 연습

(1) ②　　(2) ④　　(3) ③　　(4) ①

〈보기〉
① ~았/었으면 좋겠다　　② ~와 ~ 모두
③ 반드시　　　　　　　④ ~에게는

🎧 13-3

Mai　Anh Park, anh đã ăn thử món chè của Việt Nam bao giờ chưa?
Park　Tôi có nghe nói rồi nhưng chưa ăn thử bao giờ. Theo chị món chè nào ngon?
Mai　Cả món chè bưởi và chè đỗ đen đều ngon.
　　　Đối với tôi thì món chè bưởi ngon nhất.
　　　Nhất định anh nên ăn thử.
Park　Vậy ạ? Vậy mình đi ăn đi.

(Sau khi ăn)

Park　Chè bưởi của Việt Nam ngon thật. Giá mà ở Hàn Quốc cũng bán món này.

마이　박 씨, 베트남의 '쩨'를 먹어본 적이 있나요?
박 씨　들어본 적은 있는데 아직 먹어본 적은 없어요. 당신은 어떤 쩨가 맛있나요?
마이　자몽쩨와 검은콩쩨 둘 다 맛있어요. 나에게는 자몽쩨가 제일 맛있었어요. 당신도 꼭 먹어보세요.
박 씨　그래요? 그럼 우리 먹으러 가요.

(먹은 후)

박 씨　베트남 자몽쩨는 진짜 맛있네요. 한국에서도 이걸 팔았으면 좋겠어요.

듣기 쓰기 연습

1 🎧 **13-4**

(1)

Nam Mina ơi, em thích cái nào hơn?
Mina Em thấy cái này thì nhỏ, còn cái kia thì hơi đắt.
Nam Vậy mình đi cửa hàng khác xem thêm nhé.

남 민아 씨, 당신은 어떤 것이 더 좋아요?
민아 제 생각엔 이건 작고, 그리고 저건 좀 비싸요.
남 그러면 우리 다른 가게에 가서 좀 더 봅시다.

(2)

Mai Anh Nam, hôm nay anh nhớ đến đúng giờ nhé. Chương trình rất quan trọng đấy.
Nam Mấy giờ chương trình bắt đầu thế?
Mai 9 giờ.

마이 남 씨, 오늘 시간 맞춰 오는 거 잊지 마세요. 정말 중요한 프로그램이거든요.
남 프로그램은 몇 시에 시작하나요?
마이 9시예요.

(3)

Nam Chị Mai, hôm nay là sinh nhật của chị hả? Sao không nói cho tôi biết?
Mai Vâng. Tôi cũng quên mất.
Nam Giá mà biết trước thì tôi đã mua quà sinh nhật cho chị rồi.

남 마이 씨, 오늘 당신의 생일이에요? 왜 저한테 말 안 했어요?
마이 네, 저도 잊고 있었어요.
남 미리 알았으면 당신을 위한 선물을 사 왔을 텐데요.

(1) 민아는 둘 다 좋아합니다. (　)
　 민아는 둘 다 좋아하지 않습니다. (O)

(2) 남은 반드시 9시 전에 도착해야 합니다. (O)
　 남은 9시 이후에 도착할 수 있습니다. (　)

(3) 남은 마이에게 생일 선물을 했습니다. (　)
　 남은 오늘이 마이의 생일인지 몰랐습니다. (O)

2

(1) Cả tôi và vợ tôi đều không nói được tiếng Việt.
　 저와 제 아내는 둘 다 베트남어를 못해요.

(2) Công việc tuy khó nhưng nhất định tôi sẽ làm được.
　 비록 일이 어려워도 저는 반드시 해낼 거예요.

(3) Đối với tôi, cô ấy là người quan trọng nhất.
　 그녀는 나에게 가장 중요한 사람입니다.

(4) Giá mà giỏi tiếng Việt thì tôi đã xin vào công ty Việt Nam.
　 베트남어를 잘 했다면 베트남 회사에 들어갔을 텐데요.

독해 연습

(1) 나는 한국어와 영어를 둘 다 잘하고 싶어요.
(2) 나는 그녀가 반드시 이번 시합에서 승리할 것이라고 믿어요.
(3) 나에게 이 일은 중요하지 않아요.
(4) 만약 내가 키가 조금 더 컸더라면 모델이 되었을 텐데요.
(5) 반드시 우리 팀이 승리할 거예요.

정답 복습하기

Bài 1~5

1

(1) – ⓒ   (2) – ⓐ   (3) – ⓓ   (4) – ⓑ

⑴ Park thuộc bộ phận quản lý chất lượng.
⑵ Nam hóa ra là người quen.
⑶ Hòa đã nhận được báo giá cách đây một tuần.
⑷ Anh Minh, cuối tuần này đi xem phim nhé.

2

(1)

> 5년 전, 저는 마케팅 부서에서 업무를 시작했습니다. 처음에는 이 일이 어렵지 않다고 생각했었는데, 알고 보니 생각보다 어려웠습니다. 저는 정말 많이 배우고 노력해야 했습니다. 지금 저는 제 일을 매우 사랑합니다.

질문 : 5년 전에 그는 일을 어떻게 생각했었나요?

〈모범 답안〉

→ **Năm năm trước, anh ấy đã nghĩ công việc không khó lắm, nhưng hóa ra rất khó.**
5년 전, 그는 일이 어렵지 않다고 생각했었는데, 알고 보니 정말 어렵습니다.

(2)

> 우리 회사에서 마이 씨와 란 씨는 매우 친합니다. 두 사람은 보통 같은 시간에 출근하고 점심 식사도 같이 합니다. 제가 두 사람에게 물어봤더니 대학 친구였더군요.

질문 : 란 씨와 마이 씨는 어떤 관계인가요?

〈모범 답안〉

→ **Lan và Mai là bạn đại học và là đồng nghiệp.**
란 씨와 마이 씨는 대학 동창이자 동료입니다.

3

(1) ③   (2) ①   (3) ④   (4) ②

〈보기〉
① ~할 만큼   ② 계속
③ ~하기는요   ④ ~했어야 하다

Park   Anh cũng đang chăm chỉ học tiếng Việt nhưng vẫn còn thiếu sót nhiều.
Mai   Thiếu sót *gì mà* thiếu sót chứ. Anh nói tiếng Việt giỏi *đến mức* em nghĩ anh là người Việt Nam. *Đáng lẽ ra* em phải bắt đầu học tiếng Hàn sớm hơn.
Park   Em *cứ* học chăm chỉ từ bây giờ thì sẽ giỏi thôi. Nếu cần giúp đỡ thì em nói với anh nhé.

박 씨   나도 베트남어를 열심히 하는 중이지만 여전히 많이 부족해요.
마이   부족하긴 뭐가 부족해요. 당신은 베트남인이라고 생각될 만큼 베트남어를 잘 해요. 저도 한국어 공부를 더 일찍 했어야 했어요.
박 씨   지금부터라도 열심히 계속 공부하면 잘 할 거예요. 만약 도움이 필요하면 나에게 말하세요.

4

(1) ④   (2) ②   (3) ③

〈보기〉
① ~ 외에   ② 어쩌면
③ 계속 ~하다   ④ 곧 ~하나요?

(1)

A   Em *sắp* xong báo cáo tháng *chưa*?
B   Chưa ạ. Chắc làm em phải làm một giờ nữa mới xong.

A   월간 보고서 거의 다 됐나요?
B   아직이요. 아마도 한 시간 더 해야 할 것 같아요.

(2)
A   Tôi gọi cho anh ấy mấy lần nhưng anh ấy không nghe điện thoại.
B   Biết đâu anh ấy đang bận.
A   내가 그 사람에게 전화를 몇 번 했는데 전화를 안 받았어요.
B   어쩌면 그 사람은 바쁠지도 몰라요.

(3)
A   Em liên lạc họ mãi mà không được.
B   Chiều nay em tiếp tục điện thoại cho họ thử xem.
A   내가 그들에게 계속 연락했는데도 안 되네요.
B   오늘 오후에 그들에게 계속 전화해 보세요.

5
(1) – ⓓ   (2) – ⓑ   (3) – ⓐ   (4) – ⓒ

6
(1) ○   (2) ✗   (3) ○   (4) ✗

Bài 6~10

1
(1) – ⓑ   (2) – ⓐ   (3) – ⓓ   (4) – ⓒ

(1) Anh đi cẩn thận kẻo ngã.
(2) Sở dĩ tôi đến muộn là vì xe tôi bị hỏng.
(3) Giá cả ngày một tăng lên.
(4) Cái áo này đẹp đấy, chị mặc thử xem.

2

(1) A : 발표 준비는 다 됐어요?
     B : ⓑ

     ⓐ 나는 준비를 다 마칠 뻔했어요.
     ⓑ 나는 곧 준비가 끝나요.
     ⓒ 나는 직접 발표 준비를 해요.

(2) 여기에서 그녀만큼 맛있게 요리하는 사람은 없다.

     ⓐ 만큼 ~ 없다
     ⓑ 작게는 ~ 크게는
     ⓒ ~와 ~ 중에

3

(1)

> 마이는 가수가 될 뻔했습니다. 마이는 노래를 정말 잘합니다. 예전에 마이의 꿈은 가수가 되는 것이었습니다. 그러나 마이는 결국 보컬 선생님이 되었습니다. 가수랑 선생님 중에 마이에게는 선생님이 더 잘 맞는 것 같습니다.

질문 : 마이는 현재 무슨 일을 하고 있나요?

〈모범 답안〉

→ Hiện tại Mai đang làm cô giáo dạy hát.
    현재 마이는 보컬 선생님입니다.

정답 복습하기

(2)

> 저는 미국인이고 베트남에서 3년 동안 살았습니다. 저에게 작게는 베트남 과일 크게는 베트남 음식은 많이 비싸지 않은 데다가 맛있습니다. 베트남 과일만큼 저렴하고 맛있는 과일은 없습니다.

질문 : 그녀는 베트남 과일에 대해서 어떻게 생각하나요?

〈모범 답안〉

→ Cô ấy thấy hoa quả Việt Nam rẻ và ngon nhất.
그녀는 베트남 과일이 가장 저렴하고 맛있다고 생각합니다.

4

(1) Sở dĩ cô ấy học giỏi là vì cô ấy chăm chỉ.
그녀가 공부를 잘하는 이유는 그녀가 열심히 했기 때문입니다.

(2) Anh Lee nói tiếng Việt ngày một tiến bộ.
이 씨는 날이 갈수록 베트남어가 늘고 있습니다.

5

(1) Điều tra — 조사하다
(2) Nâng cao — 향상시키다
(3) Cạnh tranh — 경쟁하다
(4) Kinh tế — 경제

6

(1) ⓐ   (2) ⓐ   (3) ⓑ

Bài 11~13

1

(1) – ⓑ   (2) – ⓓ   (3) – ⓐ   (4) – ⓒ

(1) Ở nhà hàng này, món ăn khá đắt.
(2) Hôm nay trời rất lạnh, em phải mặc thêm áo đấy.
(3) Đồ ăn ra nhầm rồi.
(4) Anh ấy đã thông minh lại còn chăm chỉ.

2

(1) ③   (2) ①   (3) ②   (4) ④

〈보기〉
① ~와 ~ 모두   ② 반드시
③ ~에게는   ④ ~았/었으면 좋을 텐데

(1)
Park   Mai, em thấy nơi nào ở Việt Nam đẹp nhất?
Mai   Đối với em, Hà Nội đẹp nhất. Vì đó là nơi em đã sinh ra và lớn lên mà.
박 씨   마이 씨, 베트남에서 어디가 가장 아름답다고 생각해요?
마이   저에게는 하노이가 가장 아름다워요. 제가 그곳에서 태어나고 자랐거든요.

(2)
Park   Em muốn ăn gì? Gà rán hay pizza?
Mai   Em muốn ăn cả gà rán lẫn pizza.
박 씨   뭐 먹고 싶나요? 치킨 아니면 피자?
마이   저는 치킨과 피자를 모두 다 먹고 싶어요.

(3)
Park   Kì nghỉ hè này em muốn làm gì?
Mai   Mùa hè này em nhất định sẽ đi Việt Nam. Lâu lắm rồi em chưa về Việt Nam thăm gia đình.

박 씨 이번 여름휴가 때 무엇을 하고 싶어요?
마이 이번 여름휴가에는 반드시 베트남에 갈 거예요. 오랫동안 가족들을 보러 베트남에 가지 못했어요.

(4)
Park Giá mà anh được tăng lương một chút. Dạo này giá cả đắt đỏ quá.
Mai Em cũng mong được tăng lương.

박 씨 월급이 조금 올랐으면 좋을 텐데요. 요즘 물가가 너무 비싸요.
마이 저도 월급이 올랐으면 해요.

3

(1)
> 오늘 하노이 출장을 가는데 교통 체증이 심해서 미리 예약한 비행기를 놓쳤습니다. 그래서 바로 비행기를 탈 수 있도록 항공사 직원에게 도움을 요청해야 했습니다. 대신 표를 새로 사야 했습니다.

질문 : 왜 그녀는 표를 새로 사야 하나요?
〈모범 답안〉
→ **Vì cô ấy bị lỡ chuyến bay đã đặt.**
그녀는 예약한 비행기를 놓쳤기 때문입니다.

(2)
> 오늘 란은 꽤 유명한 회사에서 업무를 시작했습니다. 이전에 란은 취업을 위해 영어 공부를 열심히 했고, 영어 실력 덕분에 그녀는 이 회사에 합격했다고 합니다.

질문 : 란 씨가 유명한 회사에 합격한 이유는 무엇인가요?
〈모범 답안〉
→ **Là nhờ vào khả năng tiếng Anh của Lan.**
란 씨의 영어 실력 덕분입니다.

(3)
> 우리 집 에어컨의 리모컨 건전지가 방전되어서 오늘 나는 마트에 건전지를 사러 갔습니다. 집에 도착한 후 건전지를 잘못 산 것을 알고 다시 마트에 가서 바꿔야 했습니다. 참 귀찮네요.

질문 : 그녀는 왜 마트에 두 번 가야 하나요?

〈모범 답안〉
→ **Vì cô ấy đã mua nhầm pin nên phải đi siêu thị để đổi.**
그녀는 건전지를 잘못 샀기 때문에 마트에 가서 교환해야 합니다.

4

(1) Hôm nay tôi hơi bận vì có dự án mới.
새로운 프로젝트가 있어서 오늘 조금 바쁩니다.

(2) Vì đi nhầm đường nên tôi đã đến nơi muộn 2 tiếng.
길을 잘못 들어서 2시간 늦게 도착했습니다.

(3) Hôm nay ở trung tâm mua sắm không có giảm giá, thay vào đó có sự kiện mua 1 tặng 1.
오늘 백화점에 할인 행사는 없는데, 대신에 1+1 행사가 있습니다.

(4) Nhờ có chị ấy mà tôi có thể hoàn thành công việc một cách thuận lợi.
그녀 덕분에 나는 업무를 순조롭게 끝냈습니다.

5

(1) Em để thức ăn trên bàn, anh nhớ ăn nhé.
내가 식탁에 음식을 두었으니 먹는 것을 잊지 마세요(기억해요).
→ (장소에) ~을 두다

(2) Để anh ấy làm việc đó đi.
그가 그 일을 하도록 해요.
→ (주어)가 ~하게 두다

(3) Tôi đi Việt Nam để gặp khách hàng.
저는 고객을 만나기 위해 베트남에 갑니다.
→ (주어)가 ~하기 위해/하려고

(4) **Mời anh ăn.**
드세요.

핵심 문법 한눈에 보기

1과

1. cách đây + 기간/시간/거리 명사

: ~전에, ~여기서부터 ~ 떨어져 있다

Anh vào công ty cách đây 3 năm rồi.
저는 3년 전에 회사에 들어왔어요.

---

2. thuộc ~

: ~에 소속되다, ~에 속하다

Em thuộc bộ phận quản lý chất lượng.
나는 품질관리부에 소속되어 있습니다.

---

3. hóa ra ~

: 알고 보니 ~더라/군요

Hóa ra hai người quen nhau.
알고 보니 두 분이 서로 아는 사이였군요.

---

4. ~ nhé, nha, nào, nhỉ

: ~할까요, ~합시다

Cuối tuần này chúng ta đi uống bia với nhau nhé.
이번 주말에 우리 같이 맥주 마시러 갑시다.

2과

5 동사/형용사+gì mà/đâu mà+동사/형용사

: ~하기는요, ~하긴 뭐가 ~해요

Thiếu sót gì mà thiếu sót chứ.
부족하긴 뭐가 부족해요.

---

6 đến mức (mà) ~, đến nỗi (mà) ~

: ~할 정도로, ~할 만큼

Anh nói tiếng Việt giỏi đến mức em nghĩ anh là người Việt Nam.
당신은 베트남인이라고 생각될 만큼 베트남어를 잘해요.

---

7 đáng lẽ ra ~

: ~했어야 하다

Đáng lẽ ra em phải bắt đầu học tiếng Hàn sớm hơn.
저는 한국어 공부를 더 일찍 시작했어야 했어요.

---

8 cứ+동사

: 자꾸/계속 ~하다

Em cứ học chăm chỉ từ bây giờ thì sẽ giỏi thôi.
지금부터라도 계속 열심히 공부하면 잘 할 거예요.

핵심 문법 한눈에 보기

3과

9 **sắp ~ chưa?**

: 곧 ~하나요?

Anh sắp đi công tác Việt Nam chưa?
베트남에 곧 출장 갑니까?

---

10 **ngoài ~ ra ~**

: ~ 외에

Ngoài Hà Nội ra, tôi cũng đi thành phố Hồ Chí Minh và Hải Phòng nữa.
하노이 외에, 호찌민과 하이퐁에도 갈 거예요.

---

11 **biết đâu, nhỡ đâu**

: 혹시, 어쩌면, 행여나

Biết đâu có vấn đề gì thì làm thế nào?
혹시나 무슨 문제라도 생기면 어쩌려고요?

---

12 **tiếp tục+동사, 동사+tiếp**

: 계속 ~하다

Tôi sẽ tiếp tục liên lạc thử.
제가 계속 연락을 취해 볼게요.

4과

13 đành phải+동사

: 어쩔 수 없이 ~해야 한다, ~ㄹ 수밖에 없다

Công việc nhiều quá nên em đành phải ở lại công ty làm đêm.
저는 업무량이 너무 많아서 어쩔 수 없이 회사에 남아서 야근을 해야 했어요.

---

14 주어+làm (cho)/khiến (cho)+대상+동사/형용사

: (주어)가 (대상)을 (동사/형용사)하게 만들다

Công việc ở công ty làm em mệt mỏi quá.
회사 업무가 저를 너무 힘들게 해요.

---

15 dù sao (đi nữa) ~

: 어찌 되든 ~, 무엇이 어떻게 되든 ~

Dù sao đi nữa cũng phải chăm sóc sức khoẻ nhé.
어쨌든 건강 관리 잘해요.

---

16 kém, 동사+kém

: ~을/를 못하다, (능력, 시각, 나이 등) 부족하다

Em thấy em vẫn còn kém lắm.
제가 봤을 때 저는 아직도 많이 부족해요.

핵심 문법 한눈에 보기

5과

17 동사+mãi mà không ~

: 계속 ~하는데도 ~하지 않다

Tôi gửi email cho anh ấy mãi mà không có hồi âm.
계속 이메일을 보냈는데도 회신이 없습니다.

---

18 tưởng+동사/절

: ~인 줄 알았다, ~하는 줄 알았다

Tôi cứ tưởng anh ấy ở văn phòng nhưng hóa ra là không phải.
사무실에 계신 줄 알았는데 아니었군요.

---

19 bằng mọi giá ~

: 무슨 수를 써서라도

Chị nói với anh ấy bằng mọi giá hãy liên lạc với tôi trong hôm nay nhé.
무슨 수를 써서라도 오늘 안으로 저에게 연락하라고 전해 주세요.

---

20 동사+lại

: ~을 다시 하다

Ngay khi anh ấy về văn phòng, tôi sẽ chuyển lời để anh ấy gọi lại cho anh.
사무실에 돌아오시는 즉시, 당신에게 다시 전화하라고 전해 드릴게요.

6과

21 cho nó/cho+형용사

: ~(하)게

Chúng ta phải điều tra thị trường Việt Nam **cho nó** chi tiết.
우리는 베트남 시장을 자세하게 조사해야 해요.

22 không (có) ~ như/bằng+비교 대상

: (비교 대상)만큼 ~ 없다

Anh nghĩ **không có** gì quan trọng **bằng** việc điều tra thị trường.
나는 시장조사만큼 중요한 일은 없다고 생각해요.

23 tự+동사+(lấy)

: 스스로/직접 ~하다

Anh bảo em **tự** làm **lấy** một mình ạ?
저에게 혼자서 스스로 하라고 하시는 건가요?

24 bằng cách ~

: ~ 방법으로

Trước tiên, em sẽ tìm hiểu **bằng cách** tra cứu tài liệu trên mạng.
우선, 제가 인터넷에서 자료 찾는 방법으로 알아볼게요.

핵심 문법 한눈에 보기

7과

25 **làm sao mà + 동사/형용사/절**

: 어째서/어떻게 ~하다

Làm sao mà chị biết được công ty chúng tôi và ứng tuyển?

우리 회사를 어떻게 알고 지원했나요?

---

26 **trở thành + 명사**

: ~(이)가 되다

Tôi đã luôn muốn được **trở thành** nhân viên của công ty.

항상 이 회사의 직원이 되고 싶었습니다.

---

27 **동사 + thử xem, thử + 동사 + xem**

: ~해 보세요

Chị hãy nói **thử xem** tại sao công ty chúng tôi phải tuyển chị.

왜 우리가 당신을 채용해야 하는지 이야기해 보세요.

---

28 **A nói riêng (và) B nói chung ~**

: 작게는 A 크게는 B ~

Điều đó sẽ giúp ích cho bộ phận **nói riêng** và cho công ty **nói chung**.

작게는 부서 크게는 회사 전체에 도움이 될 수 있겠네요.

8과

29 **동사(+목적어)+xong**

: ~을 끝내다, 다 ~하다

Anh đã chuẩn bị xong hết chưa ạ?
준비는 다 하셨나요?

---

30 **mỗi khi/mỗi lúc ~**

: ~ 때마다

Mỗi khi sang đường, anh cần chú ý xe máy đấy ạ.
길을 건널 때마다, 오토바이를 조심하세요.

---

31 **suýt nữa (thì)/suýt chút nữa (thì) ~**

: (하마터면) ~할 뻔하다

Bạn anh cũng từng suýt nữa thì bị thương nặng vì va chạm với xe máy khi ở Việt Nam.
내 친구도 베트남에서 오토바이와 부딪쳐서 크게 다칠 뻔했어요.

---

32 **kẻo ~**

: ~하지 않도록

Anh cũng phải cẩn thận kẻo gặp tai nạn nhé.
당신도 사고 당하지 않도록 조심하세요.

핵심 문법 한눈에 보기

9과

33. ngày một+형용사/동사+부사

: (날이) 갈수록 ~해지다/하다

Có nhiều công ty cạnh tranh nên ngày một khó khăn hơn.
경쟁사가 많아져서 날이 갈수록 어려워지고 있습니다.

---

34. lý do gì+주어+서술어?

: (주어)가 ~하는/한 이유는 무엇인가요?

Lý do gì anh đầu tư vào Việt Nam?
당신이 베트남에 투자하는 이유는 무엇인가요?

---

35. không+동사/형용사+mới (là) lạ

: ~하지 않는 것이 이상하다

Chúng tôi không hiểu rõ về thị trường Việt Nam mà đã đầu tư nên không khó mới là lạ.
우리가 베트남 시장에 대해 잘 이해하지 못한 상태에서 투자했기 때문에 어렵지 않은 것이 이상하죠.

---

36. phải chăng (là) ~?

: ~한 것이 아닐까요?

Phải chăng là do vấn đề tiếp thị?
혹시 마케팅에 문제가 있는 게 아닐까요?

10과

37 giữa A và B

: A와 B 사이에서, A와 B 중에서

Theo anh thì giữa tiếng Trung và tiếng Việt, em nên học tiếng gì?
중국어와 베트남어 중에서, 무슨 언어를 배우는 게 좋다고 생각하세요?

38 theo+대명사/명사

: ~에 따르면, ~ 생각에는

Theo anh thì em nên học tiếng Việt.
내 생각에는 베트남어를 배우는 것이 좋을 것 같아요.

39 sở dĩ A là vì B

: B(이)기 때문에 A하다, A하는 이유는 B이기 때문이다

Sở dĩ nhiều người quan tâm đến tiếng Việt là vì Việt Nam là quốc gia có nhiều tiềm năng và cơ hội phát triển.
베트남어에 관심을 가지는 이유는 베트남이 많은 잠재력과 발전할 기회를 가진 국가이기 때문이에요.

40 bất cứ+의문사

: ~(누구/어디/언제 등)든지

Bất cứ lúc nào em cần giúp đỡ hãy nói với anh nhé.
언제든지 도움이 필요하면 말해요.

핵심 문법 한눈에 보기

11과

41 hơi, khá, thật, cực (kì), tuyệt

: 조금, 꽤, 정말로, 극히, 굉장히

Ở đây, giá hơi đắt nhưng món ăn cực ngon.
여기는 가격이 약간 비싸지만 음식은 아주 맛있어요.

---

42 동사+thêm (nữa)

: 더/추가로 ~하다

Em có muốn gọi thêm gì không?
더 주문하고 싶은 거 있어요?

---

43 동사+nhầm

: ~을 잘못하다

Đồ ăn ra nhầm rồi.
음식이 잘못 나왔어요.

---

44 đã ~ lại còn ~

: ~하는 데다가 ~도 하다, ~하는데 ~까지 하다

Thức ăn đã ngon lại còn nhiều nữa.
음식이 맛있는 데다가 양도 많네요.

12과

45 동사+mất

: ~해 버리다

Tôi ngủ quên mất nên đến muộn và bị lỡ máy bay rồi.
깜빡 잠이 들어 버려서 늦게 도착하는 바람에 비행기를 놓쳤어요.

---

46 thay vào đó ~

: 대신에 ~

Thay vào đó, anh phải mua vé mới.
대신에, 표를 새로 구매하셔야 합니다.

---

47 để+명사

: (장소에) ~을 두다

Anh cho em xem hộ chiếu và để hành lý ở đây nhé.
여권 보여주시고 수화물을 여기에 두세요.

---

48 nhờ/nhờ có+명사+mà

: ~ 덕분에, ~ 덕택에

Nhờ có chị mà trong hôm nay tôi có thể đi công tác được.
당신 덕분에 나는 오늘 안에 출장을 갈 수 있게 되었네요.

핵심 문법 한눈에 보기

13과

49 **cả A lẫn B (đều)/cả A và B (đều)** : A와 B 모두

Anh muốn đi cả miền Nam lẫn miền Bắc.
나는 남부와 북부를 모두 가보고 싶어요.

50 **nhất định** : 반드시, 틀림없이

Nếu thế thì anh nhất định phải đi thử Sapa và Mũi Né.
그러면 반드시 사파와 무이네를 가봐야 해요.

51 **đối với+대명사/명사** : ~에게는

Đối với em, hai nơi này đẹp nhất.
저에게는 이 두 곳이 가장 아름다워요.

52 **giá mà ~** : ~았/었으면 좋겠다/좋을 텐데, ~았/었더라면

Giá mà kì nghỉ đến nhanh.
휴가가 빨리 왔으면 좋겠어요.

─ 이미지 출처 ─

41p.   Top 500 doanh nghiệp lớn nhất Việt Nam năm 2020 - VietNamNet
77p.   www.kgc.co.kr
111p. http://rndconsultants.vn   https://nha.chotot.com   https://landber.com   https://phumyhungsale.com